Tiếng Việt, càng học càng dễ

好好學
實用越語
A1

阮氏青河　著

越南語，應該要好好的學

臺灣與越南的關係越來越密切

　　臺灣和越南的歷史發展及地理位置有非常多的相同點：在地理位置上同屬東西交通的樞紐，在歷史發展上則同樣曾經遭受外邦長期的統治。

　　近年來臺灣與越南的關係越來越密切，自從越南改革開放引進外資以來，臺商在越南的投資件數與金額都名列前茅。根據內政部移民署的統計，截至民國113年2月，因結婚來臺灣定居的越南人已達116,600人，而目前在臺灣工作與讀書的越南人也有超過29萬人。除此之外，根據教育部111學年的各級學校新住民子女就學概況統計，有10.2萬名的學生有父親或母親是越南人，占新住民第二代學生人數的35.7%，因此臺灣跟越南的關係可以說是親上加親。

　　而在105年，自民進黨重新執政後，便開始推動新南向政策，鼓勵臺灣人往東南亞各國尋找投資機會與交流、學習，也吸引很多越南學子來臺就讀。同時臺灣教育部在108課綱中也將東南亞新住民母語訂定為小學語言領域的必須選修課程，至於國中、高中及大學，則列入第二外語課程讓學生選修。從108年實施至今，在7種東南亞新住民語文當中，越南語有最多人選修。在這種種因緣際會下，越南語的學習已經成為臺灣語言學習的顯學，無論在學校、職場、生活上都能感受到越南語的存在，而擁有越南語能力等同如虎添翼，但是要怎麼才能學好呢？

可實際運用在生活、工作上的《好好學實用越語》

　　本教材的前身是《實用越語輕鬆學》，經過多年的教學反饋與多次的修訂，而有了全新面貌的這本《好好學實用越語》。整體來說，這本書是本人這22年在臺灣自己學習華語及教授越南語的經驗累積，作為越南語的基本教材，目的在於提供給初學越南語者基本知識。

本教材由語音、會話、語法切入，學習順序由簡入深，主題包含越南的食、衣、住、行。其中實用會話的部分，每一課都藉由一個問題帶入，語言環境是從臺灣到越南，以臺灣為出發，模擬一位臺灣學生在臺灣學習越南語後再去越南學習與工作。本書最終的目的，就是希望可以讓臺灣人輕鬆地學習越南語，並且可實際運用在生活、工作上。

《好好學實用越語》學習重點

越南語屬於孤立語，是單一音節的語言；越南文字則屬羅馬拼音文字，每一個字母代表一個音，若干字母結合在一起會將其發音融合，成為一個唯一的音。因此本教材第一課，將介紹越南語的拼音結構、聲母、韻母、聲調等語音因素。另外也將同源於漢字的越南語發音，和華語發音做個比較，讓讀者理解越南語的拼音模式。此外，越南語的詞彙雖然無法從字體本身看出其詞性，但藉由其意思可見其在句子當中扮演的角色。

從第二課到第五課，就是拼音的結構與練習。本教材運用語音學邏輯來編排拼音練習，從單一字母造成母音、子音或複合子音之聲母開始學習，同時還使用語音學的發音位置及發音方式呈現，並且用臺灣的注音符號加以輔助，就是為了讓讀者學到最正確的發音。至於聲調，本書也脫離越南語原先的排列順序，反而利用中文的聲調調值比較其異同，也是為了讓讀者好學習。此外，在第二課還解釋越南語句子的成分、句法的結構，讓讀者從此可以從單一詞語來造簡易的句子。

本書的發音教學還有一個特色，就是在每一拼音單元後，會利用一些有意思的詞語（這些詞語包含該單元出現過的語音音素）讓讀者練習發音，並且可以用那些有意思的詞語造簡單的句子，一個句子就是一個交際、溝通單元。當然，這些詞語不一定是每個人需要的，所以讀者可以按自己所需來記住、背熟自己喜歡、常用的詞彙、句子。學語言的最終目的即發音、用詞、造句，有了這些基本知識，便能運用並建造出一個正確的溝通橋樑。

本教材從第三課開始有簡單的會話，會話中出現的詞彙，也是從拼音內所出現的韻母開始學習，這是因為本教材以成人為教學對象，從文字來學拼音，所以這樣的安排能讓讀者看到句子就唸得出音來，而非一定要向老師或音檔模仿發音。

而貫穿本教材的會話內容，則是藉由6個人物之間發生的點滴，創造出來的生活用語。例如書中有的人物是在臺灣的越南留學生，還有的是臺灣人正在學習越南語，準備之後要去越南經商、遊學。這樣的鋪陳，使整本書有個脈絡，讓讀者覺得自己像在看一本漫畫、小說、甚至是連續劇，而非死板地學越南語。但是話說回來，畢竟本教材還是一本越南語教科書，語法不可或缺，所以在每一課的會話之後，除了解釋該會話出現的生詞，也有相當大的篇幅用來做文法教學。至於每一個正課最後的練習，包含簡單的聽、說、讀、寫、翻譯等，為的是讓讀者練習前面所學到的詞彙與文法。另外，練習題則模仿越南語檢定的題型，讓讀者在練習時可以逐漸熟悉越南語檢定的模式，以便日後要報考時不會手忙腳亂。而隨著每一課的主題，還有大量的補充單字，讓讀者可以選擇套用在不同的情境。

《好好學實用越語》滿足所有學習者的需求

本教材共有30課，分成A1、A2二冊。書中的情境是設定在臺灣的學校及辦公室、越南餐廳、書店、超級市場等地，可說是猶如將讀者從臺灣帶到越南，身歷其境地學習，讓學習者對越南不會感到陌生。而A2的內容除了日常會話之外，還提供簡單的短文，讓學習者除了熟悉日常會話外，也能逐漸認識越南的各種報章雜誌中的文章。希望讀者有了這本教材，可以好好地學會道地的越南語，如同書名：《好好學實用越語》。

本教材如有不完美之處，希望四方讀者不吝指教。

阮氏喬277

致 謝

學期開始了，本來要開始專注於教學工作上，結果出版社來信才發現，我要出版新書還有多工作未完成！

《好好學實用越語 A1》、《好好學實用越語 A2》這套書的出版，是精進了原本在2017年出版的《實用越語輕鬆學 上冊》、《實用越語輕鬆學 下冊》二書。原書出版至今，轉眼已經7年過去，我的處女作銷售量也成績斐然，其實應該不用再修改，只要繼續使用就可以。但是，經過這幾年的使用，除了學員的直接回饋外，我收到不少讀者的來信，其中包含感謝，當然也有許多建議，讓我深深感覺到「世界上沒有什麼是最好，只有更好」。因此，我想藉此機會，以原書為骨幹，增加符合時代趨勢的內容，修正部分在教學現場得到的回饋，調整一些練習題。無論如何，就是希望把原來的二書，打造成更符合現在學習者需求的教材。希望用此次的新書做為所有使用過我的書的學員、讀者的謝禮，感謝大家讓我有更多的成長。

而本書能如此順利出版，最大的功臣就是瑞蘭國際出版。當我提出要改版時，儘管出版社認為不需要再動一本好教材，但是最後還是支持我的想法，並且全力以赴張羅編輯會議、美編、插圖等事宜。再來，要感謝我的錄音夥伴阮俊義老師，他原為在越南胡志明市國家大學越南語學系教授越南語的老師，目前在國立成功大學就讀博士班，聽到我需要一位男士一起錄音，就義不容辭從南部北上錄製，也提供給我許多寶貴的意見。

曾經在某個地方看到一句話，說「一個人的人生最有意義的三件事，是種一棵樹、生一個孩子、寫一本書。」原本是農家小孩的我，從小就隨著父母種稻插秧，自己現在也是三個孩子的母親，而且如今大家手頭上的此書也不再是我第一本著作，可說是達成願望了。因此，請允許我將人生中最有意義的三件事其中之一，也就是本書的出版，獻給我的家人、我的父母、我的先生、我的小孩及所有疼愛我的人。

　　感謝大家！希望《好好學實用越語》這套教材對大家有所幫助。

越南文字發展史

在越南歷史悠久的發展過程中，大部分的時間承受中華文化的影響。從公元前三世紀開始被納入中國郡縣制度的版圖，接受漢文化的同化政策，無論是儒家思想或漢字的使用，越南可以說是漢字文化圈的最佳典型。十世紀時，越南人努力爭取獨立，也成功成為一個獨立的王國，但是在政治、文化上仍向中國學習。公元二世紀，仕燮把儒學傳入越南，讓越南人開始學習漢字及儒家思想，用漢字寫自己的語言，將四書五經作為自己學習的典籍。直到十五世紀，儒學已經成為越南朝廷的正統學門，甚至被稱為儒教。雖然越南人講的是越南語，但是文字使用一直是漢字；然而，因為很多人名或地名無法使用漢字表達正確的發音，因此出現了「喃字」，亦即借用漢字來寫出越南發音的文字。此種文字到十三世紀時，曾為越南的知識分子、作家用來創作詩歌，有些時代的執政者甚至曾經想要將其推動成為越南的國字，可惜這些執政者所執政的時間都不長，因此都沒有成功。直至二十世紀初，越南的最後一個王朝－阮朝，仍以漢字作為官方的文字。

十七世紀時，越南境內出現一批紅毛藍眼的外國人，他們是天主教羅馬教廷所派來東亞傳教的傳教士。在越南傳教時，他們學習當地的語言，並以自己所習慣的羅馬字來記錄所聽到的聲音。在這些傳教士當中，有一位法國籍傳教士亞歷山大‧得路（Alexandre de Rhodes），他於1624年首次到越南，後來在越南各地活動並用羅馬文字記錄下他學習越南語的種種。1645年得路被越南當局驅除出境，他帶著自己與同仁們的手稿回到羅馬，並在1651年在教廷傳信部的支持下，出版了一本越南文－葡萄牙文－拉丁文辭典，以及幾本使用拉丁文字記載越南語言的書籍，用來教授要出發去越南傳教的傳教士們越南語。這些書籍標誌了越南語羅

馬字的問世。經過兩百多年在教會間的流傳，直到二十世紀初，當法國完全殖民越南並想徹底地實施殖民教育時，越南語羅馬字才被放在學校裡推廣給教會以外的人。因為這種文字不會跟任何國家的文字一樣且容易學習，於是越南新知識分子大力推廣，並稱之為「國語字－Chữ Quốc Ngữ」，也就是我們現在所學的現代越南語文。

因為越南語與漢字的淵源關係，有將近六成的越南語詞彙來自漢字，只不過發音有異；但是因為越南語使用羅馬字記音，所以看起來又像西方的語言。換句話說，越南語文是東方與西方語言與文字的交會，但也保有自己的獨特性，是全世界獨一無二的文字。

阮氏壽河

如何使用本書

STEP 1

1～5 課 ▶ 發音

音檔序號
不論是發音、單字,還是句子,
搭配音檔一起學習吧!

拼音練習
讀讀看!用單字練習剛學到的發音。

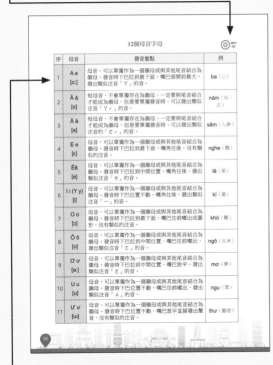

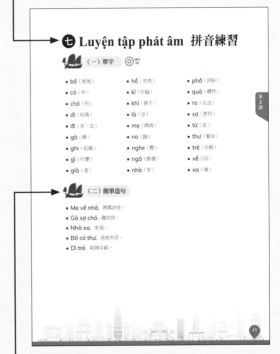

字母表&音素表
越南語字母及發音皆用表格清楚呈現,學得最快、記得最透徹!

簡單造句
練習完單字拼音,再唸唸看簡單的句子,發音更準確!

會話

多元的主題情境，越中對照的生活會話，聽一聽、説一説，越語越説越溜！

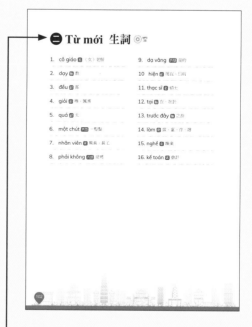

生詞

讀一讀會話中出現的常用生詞、中文意思及詞性，輕鬆累積單字量！

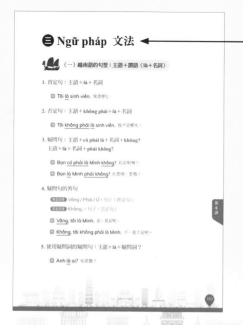

文法

詳實的解説，搭配例句輔助，文法觀念快速吸收！

練習

聽、說、讀、寫4種題型一應俱全，有效複習每課重點！

補充

學無止境，正課教不完的觀念、單字，一次整理給您！

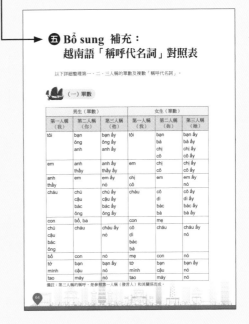

四 Luyện tập 練習

（一）Hoàn thành hội thoại. 請完成下列對話。

A: _____
B: Chào anh.
A: _____
B: Tôi tên là Mai.
A: Chị làm nghề gì?
B: _____
B: Tôi cũng rất vui được làm quen với anh.

（二）Trả lời câu hỏi. 請回答問題。

1. Chị tên là gì?
   → _____
2. Em dạo này thế nào?
   → _____
3. Anh là người Đài Loan à?
   → _____
4. Cô ấy là sinh viên mới phải không?
   → _____

五 Bổ sung 補充： 越南語「稱呼代名詞」對照表

以下詳細整理第一、二、三人稱的單數及複數「稱呼代名詞」。

（一）單數

男生（單數）			女生（單數）		
第一人稱（我）	第二人稱（你）	第三人稱（他）	第一人稱（我）	第二人稱（你）	第三人稱（她）
tôi	bạn / ông / anh	bạn ấy / ông ấy / anh ấy	tôi	bạn / bà / chị / cô	bạn ấy / bà ấy / chị ấy / cô ấy
em	anh / thầy	anh ấy / thầy ấy	em	chị / cô	chị ấy / cô ấy
anh / thầy	em	em ấy / nó	chị / cô	em	em ấy / nó
cháu	chú / cậu / bác / ông	chú ấy / cậu ấy / bác ấy / ông ấy	cháu	cô / dì / bác / bà	cô ấy / dì ấy / bác ấy / bà ấy
con	bố, ba		con	mẹ	
chú / cậu / bác / ông	cháu	cháu ấy / nó	cô / dì / bác / bà	cháu	cháu ấy / nó
bố	con	nó	mẹ	con	nó
tớ	bạn	bạn ấy	tớ	bạn	bạn ấy
mình	cậu	nó	mình	cậu	nó
tao	mày	nó	tao	mày	nó

備註：第三人稱的稱呼，是參照第一人稱（發言人）和其關係而成。

如何掃描QR Code下載音檔、解答

1. 以手機內建的相機或是掃描QR Code的App掃描封面的QR Code。

2. 點選「雲端硬碟」的連結之後，進入音檔清單畫面，接著點選畫面右上角的「三個點」。

3. 點選「新增至「已加星號」專區」一欄，星星即會變成黃色或黑色，代表加入成功。

4. 開啟電腦，打開您的「雲端硬碟」網頁，點選左側欄位的「已加星號」。

5. 選擇該音檔資料夾，點滑鼠右鍵，選擇「下載」，即可將音檔、解答存入電腦。

目　次

第1課

Kết cấu ngữ âm và loại từ trong tiếng Việt
越南語文字的「拼音結構」與「詞性」

第4課 Sự kết hợp giữa nguyên âm đôi và âm cuối tạo thành vần
雙母音與韻尾造成韻母

第5課 Sự kết hợp giữa âm đầu và vần
介音與韻母的結合

第8課 Chị có bánh mì không?
姐姐有麵包嗎？

第9課 Quyển này bao nhiêu tiền?
這本書多少錢？

主要登場人物

Mai
梅
（越南留學生）

Hà
河
（越南語老師）

Phong
豐
（公司經理）

Lâm
霖
（臺灣大學生）

Hải
海
（臺灣大學生）

Minh
明
（越南留學生）

Bài 1

Kết cấu ngữ âm và loại từ trong tiếng Việt

第 1 課：越南語文字的「拼音結構」與「詞性」

一 Kết cấu ngữ âm của tiếng Việt
越南語文字的拼音結構

　　越南語的文字採用「羅馬字系統」表音，每一個不同的字母皆代表一個不同的音，因此若要熟記越南語詞彙，就應該要先知道每一個字母的發音，進而將若干字母的音拼在一起成為一個音節。因為越南文是羅馬字的拼音文字，所以拼音及拼寫需同時進行才能事半功倍。

　　越南語構詞屬單音節且屬孤立、不變型字的語言，語音最小的單位是音素。音素不同，意思就不同。「音素」的概念是語音學中最小可分隔的單位。而越南語與其他多音節語言所使用的拉丁文字記音（紀錄聲音或表音）不同之處，在於它是單音節、有聲調符號的文字。每一個單字就是一個音節，每一個音節包含若干音素，如：「聲母」（子音）、「韻母」（母音或母音及尾音）與「聲調」。

音素　→　音節（字）　→　詞　→　詞組　→　句　→　文

音節拼音結構

音素2：聲母 （initial）	音素1：聲調（tone）		
	音素3：韻母（rhyme）		
	介音 （glide）	核心音 （vowel）	尾音 （coda）

音素1：聲母

1. 聲母就是一個單字的開始。

2. 聲母是一個音節的開頭，寫字時它可能用一個子音或無子音。

3. 在發音時，聲母決定音節開始的位置。

 ## 音素2：韻母

1.「韻母」可以是一個單獨的「核心音」（母音），也可以由「介音」、「核心音」（母音）與「尾音」（子音或母音）組合而成。

2.「韻母」是音節最重要的部分，「韻母」會決定該音節在發音時的嘴型。

3.「尾音」就是放在該單字最後面的字母（可以是母音或子音），所有的母音都可以與尾音結合，當音節的尾音是子音時，該子音皆不發音，所以只需把聲音停在該子音的發音位置。

 ## 音素3：聲調

1. 聲調決定該字的音調高低，除了第一聲（平聲）每個單字的聲調都有一個聲調符號代表，在書寫時，聲調符號會放在該字中的母音上方或下方。

二 Từ Hán Việt 漢越詞

　　越南語的詞彙中有許多是來自漢字的詞彙，但是同樣一個漢字，越南語及華語除了發音不相同，還使用不同的音標系統標記該音的發音。這種源自漢字的詞彙稱為「漢越詞」。

　　漢越詞的發音與華語或臺語雷同，但因為使用不同的音標系統標記發音，所以造成不同的寫法。越南語使用「羅馬字」標記發音，由於發音亦是文字，因此文字與發音會吻合，而每一個由若干字母所組合起來的音節，都有不同的發音及寫法。

　　接下來看看同一個漢字，在越南語及華語中發音的差異，例如「伴」：

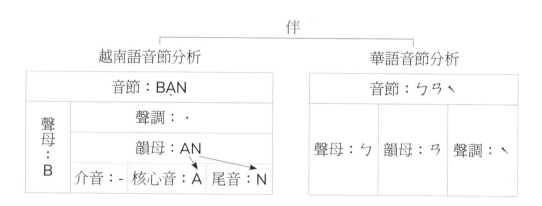

「BẠN」這個詞是單一個音節，其中「B」是聲母，放在母音的前面，也是該音節發音的開始。「AN」則是韻母，由母音「A」與子音韻尾「N」結合，也是這個字的發音重點。此韻母沒有介音。而A下面的「．」則是聲調。

接著，當「聲母」改變時，該字的唸法、寫法及中文意思也會跟著改變，例如「難」（NẠN）：

接著，當「韻母」改變時，該字的唸法、寫法及中文意思也會改變，例如「敗」（BẠI）：

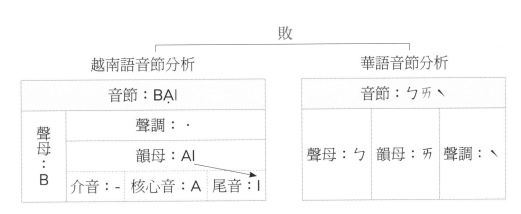

接著，聲調改變，唸法與寫法及中文意思也跟著改變，例如「版」
（BẢN）：

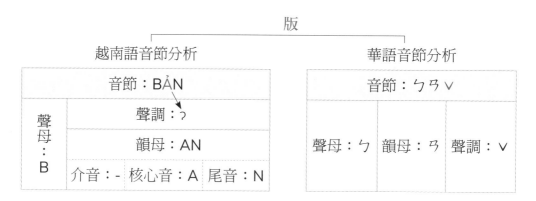

由此可見，越南語的音素很重要，要學會越南語不僅要會字母，也要學會每個字母組合成的音素，也就是「聲母」、「韻母」與「聲調」。學習越南語和學習英文的方法不同，要從這些「音素」拼音而成的越南音節來熟記單字或詞彙，而不是以背英文單字的方式學習，所以要先掌握好聲母、韻母與聲調的各種音素，才能事半功倍。

三 Các loại từ trong tiếng Việt 越南語的詞性

 （一）動詞

動詞是用來表示動作、行為或事件發生之詞彙。越南語中除了以形容詞作為謂語的句子之外，基本上每個完整的子句都有一個動詞。動詞可分為「一般動詞」和「特殊動詞」，其中一般動詞又可再分為「及物動詞」與「不及物動詞」；而「特殊動詞」則包含了「趨向動詞」、「特殊動詞」和「助動詞」等。以下一一說明各類動詞：

1. 一般動詞

（1）及物動詞：指主語針對一個客體的動作，因此需要一個受詞。例如：học（學）、ăn（吃）、đánh（打）。

例 Chúng tôi học tiếng Việt. 我們學越南語。（「越南語」為受詞）

（2）不及物動詞：指主語的自我狀態或活動，因此不需要加受詞。例如：ngồi（坐著）、đứng（站著）、ngủ（睡覺）、ngáp（打哈欠）。

例 Em bé ngủ. 小朋友睡覺。（小朋友是自己睡著，所以不需要受詞）

2. 趨向動詞

趨向動詞表示動作的趨向，亦屬於不及物動詞，可以直接當做謂語，如果後面要加上補語，通常是地點的名詞，或加上方位詞之後再加名詞。例如：đến（來）、đi（去）、vào（進）、ra（出）、lên（上）、xuống（下）。

例 Tôi đi Việt Nam. 我去越南。

例 Tôi lên trên tầng hai. 我上二樓。

3. 特殊動詞

（1）特殊動詞「có」：用來指主語本身對於客體的存在或所有。

例 Trường Đại học Thành Công có nhiều cây xanh. 成功大學有很多綠樹。

（2）特殊動詞「là」：用來介紹、表示主語的屬性，其補語可以叫做「主語補語」，並且只能是名詞或名詞組合詞。

例 Đây là mẹ em. 這是我媽媽。

例 Việt Nam là quê hương tôi. 越南是我的故鄉。

4. 助動詞

「bị」和「được」：用在被動句，表示其主語的動作、狀態由外在、客體所帶來。

例 Nó bị cúm. 她感冒了。

例 Tôi được cô giáo khen. 我受到老師誇獎。

5. 連綴動詞

連綴動詞主要用來描述主語的狀態或性質，因此它的受詞也叫做「主語補語」。主語補語可能是名詞，也可能是形容詞，會根據動詞的意思而使用名詞或形容詞。

（1）可加形容詞的連綴動詞：

· trông（看）、trông có vẻ（看起來）

· nghe（聽）、nghe có vẻ（聽起來）

· ngửi（聞）、ngửi có vẻ（聞起來）

· nếm（嘗）、nếm có vẻ（嘗起來）

· sờ（摸）、sờ có vẻ（摸起來）

· cảm thấy（感覺）　· trở nên（變成）

（2）只能加名詞的連綴動詞：

- là（是）

- trở thành（成為）

 （二）名詞

　　名詞是指人、事、時、地、物、情感、概念等實體或抽象事物的詞彙。名詞可以是一個獨立的詞彙，或是由多個名詞與形容詞結合而成的名詞組合詞。名詞組合詞的順序，通常跟中文順序顛倒。在短語或句子中，名詞通常可以用代名詞來替代。

1. 名詞能接受「數詞」與「量詞」的修飾。

例 Một quyển sách. 一本書。

例 Ba cái áo. 三件衣服。

2. 名詞可以與「介詞」組成「介賓結構」的詞組（「介賓詞組」能當作存現句的主語或地點副詞）。

例 Trong lớp. 教室裡面。

例 Ở Hà Nội. 在河內。

3. 句子中的名詞通常當作「主語」和「賓語」，也可以當作「定語」。

例 Học sinh học tiếng Việt. 學生學越南語。

4. 專有名詞：指人名、地名等。在句子中，專有名詞通常第一個字母要大寫。

例 Tôi ở Đài Nam. 我在臺南。

例 Tôi học ở trường Thành Công. 我在成大讀書。

 （三）形容詞

形容詞用來修飾「名詞」或「名詞性短語所組成的名詞組合詞」，多表示性質、狀態、屬性、描述、顏色等含義。形容詞可以直接當謂語，也可以有副詞在前面修飾。

例 Phở rất ngon. 河粉很好吃。

例 Bài hát hay. 歌曲好聽。

 （四）代名詞

代名詞用來代替名詞、動詞、形容詞，讓句中不再重複使用同一個詞彙。

例 Nam không ở trong lớp. Bạn ấy đi lên thư viện lấy tài liệu.
阿南不在教室裡。他去圖書館拿資料。

 （五）疑問代名詞

疑問代名詞用於疑問句，用來提出問題。一般疑問句帶有疑問詞，並以問號結尾。例如：ai（誰）、cái gì（什麼）、đâu（哪裡）、tại sao（為什麼）、như thế nào（怎樣）、làm sao（怎麼）、bao nhiêu（多少）、bao xa（多遠）、bao lâu（多久）。

例 Anh là ai? 你是誰？

例 Chị muốn tìm cái gì? 妳想找什麼東西？

例 Bạn sống ở đâu? 妳住在哪裡？

（六）數詞

數詞指的是名詞的數量或順序。例如：thứ nhất（第一）、một（一）、hai（二）。

例 Tôi học đại học <u>bốn</u> năm, năm nay là năm <u>thứ nhất</u>.
我讀大學四年，今年是第一年。

 （七）量詞

又稱分類詞（classifier）、單位詞，是詞的一種分類，用來區分及指示的不同事物。例如：cái（個）、con（隻）、cuốn（本）。

例 Đây là <u>con</u> gà. 這是雞。

例 Tôi có hai <u>cái</u> bút. 我有兩支筆。

 （八）指示詞

指示詞是為了確定名詞所在的空間或時間。例如：đây（這）、ấy / đấy（那）。

· <u>Đây</u> là cái bút. 這是筆。

· Cái bút <u>này</u> đẹp. 這支筆漂亮。

（九）連接詞、介詞

連接詞用來連接子句之間的關係，或句與句的關係，而介詞用來表示句中所出現各個詞性之間的關係。例如：và（和）、với（跟）、hay（或）、hoặc（或者）、nhưng（但是）、mà（而）、thì（就）、của（的）、ở（在）。

例 quyển vở của tôi

　　我的筆記本（của：的。是連接詞，表示兩者之間的所有關係。）

例 quyển sách để ở trong cặp

　　書本放在書包裡面（ở：在。是介詞，表示地點。）

（十）副詞

副詞用來修飾動詞或形容詞。例如：đã（已經）、rất（很）、cũng（也）、lắm（太）、đừng（別）、được（可以）

例 Phở rất ngon. 河粉很好吃。

例 Bánh mì cũng rất ngon. 麵包也很好吃。

（十一）其他

其他詞性例如「語助詞」或「驚嘆詞」，多用於口語，表示說話者的情緒或態度。有的可以放句首，有的放在句尾。例如：a（啊）、ái（唉）、ơ（哦）、này（喂）、ơi（喂）、à（嗎）、hử（哈）、đi（吧）

例 Này, anh không nghe tôi nói gì à? 喂，你沒有聽我說什麼嗎？

Thanh mẫu, vận mẫu, thanh điệu

第 2 課：越南語中的聲母、韻母與聲調

一 Bảng chữ cái tiếng Việt 越南語字母表

越南語字母表

Aa	Ăă	Ââ	Bb	Cc	Dd	Đđ	Ee	Êê	Gg
Hh	Ii	Kk	Ll	Mm	Nn	Oo	Ôô	Ơơ	Pp
Qq	Rr	Ss	Tt	Uu	Ưư	Vv	Xx	Yy	

　　越南文共有29個字母，分別有母音（元音）與子音（輔音）。其中有12個字母可以作為「單母音」或結合成「雙母音」，而子音的部分則共有16個「單子音」和11個「複子音」。現代越南語以河內音作為標準音，越南各個地方有不同的腔調，差別就在於「聲調」與「韻母」。

二 Nguyên âm 母音

　　所謂的母音，就是當發出聲音時，氣流在口腔可以不受阻礙地直接從喉嚨送出，只依靠嘴形及舌頭位置的變動而改變發音，每一個嘴型及舌頭位置的變動代表的是不同的母音。越南語有12個「單母音」與3組「雙母音」，母音是越南語最重要的元素，一個字可以沒有子音，但是不能沒有母音。

　　在這些母音中，有的可以直接當作「韻母」，有的則需要帶著韻尾才可以成為韻母，那就是「短母音」。越南語有2個短母音，分別是「Ă ă」和「Â â」。另外，還有2個寫法不同但是發音完全相同的字母，那就是「I i」和「Y y」，但它們在書寫的時候會有不同的規則，請見後面解釋規則。所以越南語的單母音有12個字，但只有11個音，其中只有10個字9個音可以直接當韻母。

9個母音韻母的發音

 MP3 03

嘴型＼舌位	前	中	後
高	i (y) [i]	ư [ɯ]	u [u]
中	ê [e]	ơ [ə:]	ô [o]
低	e [ɛ]	a [ɑ:]	o [ɔ]

- 依照表格，將母音分成三組下巴或三組舌位，高、中、低的下巴代表下巴的位置高低不同，而前、中、後的舌位代表舌頭的位置不同。

■ 前母音「i」、「ê」、「e」是舌頭往前，同時的嘴角往後拉。

■ 中母音「ư」、「â」、「ơ」、「ă」、「a」是舌頭不動，嘴角也平放。

■ 後母音「u」、「ô」、「o」是舌頭往後縮，嘴唇往前嘟形成圓嘴的形狀。

- 因為母音的位置會影響到它跟前、後子音的結合，因此本書會直接使用前、中、後母音的說法。

12個母音字母

序	母音	發音重點	例
1	A a [ɑ:]	母音,可以單獨作為一個韻母或與其他尾音結合為韻母。發音時下巴拉到最下面,嘴巴張開到最大,發出類似注音「ㄚ」的音。	ba(三)
2	Ă ă [ɑ]	短母音,不會單獨存在為韻母,一定要與尾音結合才能成為韻母,但是要單獨發音時,可以發出類似注音「ㄚˊ」的音。	năm(年、五)
3	Â â [ə]	短母音,不會單獨存在為韻母,一定要與尾音結合才能成為韻母,但是要單獨發音時,可以發出類似注音的「ㄜˊ」的音。	sâm(人參)
4	E e [ɛ]	母音,可以單獨作為一個韻母或與其他尾音結合為韻母。發音時下巴拉到最下面,嘴角往後,沒有類似的注音。	nghe(聽)
5	Ê ê [e]	母音,可以單獨作為一個韻母或與其他尾音結合為韻母。發音時下巴拉到中間位置,嘴角往後,發出類似注音「ㄝ」的音。	lê(梨)
6	I i (Y y) [i]	母音,可以單獨作為一個韻母或與其他尾音結合為韻母。發音時下巴位置不動,嘴角往後,發出類似注音「一」的音。	kí(簽)
7	O o [ɔ]	母音,可以單獨作為一個韻母或與其他尾音結合為韻母。發音時下巴拉到最下面,嘴巴往前嘟出成圓形,沒有類似的注音。	khó(難)
8	Ô ô [o]	母音,可以單獨作為一個韻母或與其他尾音結合為韻母。發音時下巴拉到中間位置,嘴巴往前嘟出,發出類似注音「ㄛ」的音。	ngô(玉米)
9	Ơ ơ [ə:]	母音,可以單獨作為一個韻母或與其他尾音結合為韻母。發音時下巴拉到中間位置,嘴巴放平,發出類似注音「ㄜ」的音。	mơ(夢)
10	U u [u]	母音,可以單獨作為一個韻母或與其他尾音結合為韻母。發音時下巴位置不動,嘴巴往前嘟出,發出類似注音「ㄨ」的音。	ngu(笨)
11	Ư ư [ɯ]	母音,可以單獨作為一個韻母或與其他尾音結合為韻母。發音時下巴位置不動,嘴巴放平直接發出聲音,沒有類似的注音。	thư(書信)

三 Phụ âm 子音

　　子音的發音結構與母音的不同之處，在於當子音發出聲音時，從喉嚨送出來的氣流，會卡在不同的位置，或是有不同的發音方式。每一種不同的發音方式和阻礙位置的不同，都會形成不同的子音。越南語有16個「單子音」與11個「複子音」，不過有一些子音雖然寫法不同但發音相同，所以子音總共有27個子音，但只有23個音，全部的子音都能放在字首當「聲母」；另外有些子音亦可以放在單字的最後，當做音節的結尾，稱為「子音韻尾」。在子音中，只有8個子音（5個單子音、3個複子音）能放在母音的後面當子音韻尾，此時就是子音與母音結合為韻母。

子音的發音方式與位置（按位置排列）

MP3 05

方式 ＼ 位置		嘴唇	上齒齦	上齒背	舌面	舌根	喉
塞音	清音	p[p]	t[t]	tr[ʈ]	ch[tɕ]	c；k；q[k]	-
	送氣音	-	th[tʰ]	-	-	-	-
	濁音	b[ɓ]	đ[d]	-	d[ʝ]	-	-
擦音	清音	ph[f]	x[s]	s[ʂ]	-	kh[x]	h[h]
	濁音	v[v]	gi[z]	r[z]	-	g；gh[ɣ]	-
鼻音		m[m]	n[n]	-	nh[ɲ]	ng；ngh[ŋ]	-
邊音		-	l[l]	-	-	-	-

子音發音與書寫（按A至Z排列）

序	國際音標	子音書寫	適用位置與發音重點	例
1	[ɓ]	b	「b」是濁音，只能用於子音聲母（字首），發音位置與注音的「ㄅ」相同，但是發音的時候，要出力使聲帶有明顯的振動。	ba（三）
2	[k]	c	「c」可用於子音聲母及子音韻尾。當用於子音聲母時，不會與前母音「i」、「ê」、「e」結合。發音位置與注音的「ㄍ」相同。	cá（魚） các（各）
2	[k]	k	「k」只能用於子音聲母，且只能與前母音「i」、「ê」、「e」結合，發音位置與注音的「ㄍ」相同，但為了與「c」區別，可以發音成「ㄍㄚ」。	kể（敘）
2	[ku]	qu	「q」只能用於子音聲母，發音位置與注音的「ㄍ」相同，但它只與介音「u」結合成為「qu」，因此可以視為一個複子音，發音會如同注音的「ㄍㄨ」。	quê（故鄉）
3	[tɕ]	ch	可用於子音聲母及子音韻尾，發音位置與注音的「ㄗ」相同。	chị（姐姐）
4	[ɟ]	d	「d」只能用於子音聲母，發音位置與英文的「z」相同。	da（皮膚）
5	[ɗ]	đ	「đ」只能用於子音聲母，是個濁音，發音位置與注音的「ㄉ」相同，但是發音的時候，要出力使聲帶有明顯的振動，並將舌頭頂住上齒背再收回。	đi（去）
6	[ɣ]	g	「g」只能用於子音聲母，是個濁音，發音位置與注音的「ㄍ」相同，但是發音的時候，要出力使聲帶有明顯的振動。	gà（雞）
6	[ɣ]	gh	「gh」當「g」與前母音「i」、「ê」、「e」結合時，寫法要改變為「gh」，但發音不變。	ghi（記）
7	[z]	gi	「gi」只能用於子音聲母，發音位置與英文的「j」相同。 如果「gi」的後面是「i」開始的韻母，其中一個「i」會被省略，發音則不變。	già（老） gì（什麼）
8	[h]	h	「h」只能用於子音聲母，發音位置與注音的「ㄏ」相同。	ho（咳嗽）
9	[x]	kh	「kh」只能用於子音聲母，發音位置與注音的「ㄎ」相同。	khó（難）

10	[l]	l	「l」只能用於子音聲母，發音位置與注音的「ㄌ」相同。	lạ（陌生）
11	[m]	m	「m」可用於子音聲母及子音韻尾，發音位置與注音的「ㄇ」相同。	mơ（夢） cơm（飯）
12	[n]	n	「n」可用於子音聲母及子音韻尾，發音位置與注音的「ㄋ」相同。	no（飽） con（孩子）
13	[ŋ]	ng	「ng」可用於子音聲母及子音韻尾，發音時，舌頭與上顎後方碰觸，因此嘴巴前區無碰觸。	ngô（玉米） ông（爺爺）
		ngh	「ngh」這個子音，是當子音聲母「ng」與前母音「i」、「ê」、「e」結合時，寫法要改變為「ngh」，但發音不變。	nghĩ（想）
14	[ɲ]	nh	「nh」可用於子音聲母及子音韻尾，發音時，舌頭要與上顎前方碰觸，因此嘴巴前區無碰觸，感覺上是舌邊與臼齒有碰觸。	nhà（家） anh（哥哥）
15	[p]	p	「p」可用於子音聲母及子音韻尾，但主要用於外來語的子音聲母。發音位置與注音的「ㄅ」相同。	pin（電池） kịp（來得及）
16	[f]	ph	「ph」只能用於子音聲母，發音位置與注音的「ㄈ」相同。	phí（費）
17	[z]	r	「r」只能用於子音聲母，發音位置與注音的「ㄖ」相同。	rẻ（便宜）
18	[ʂ]	s	「s」只能用於子音聲母，發音位置與注音的「ㄕ」相同。	sẽ（將會）
19	[t]	t	「t」可用於子音聲母及子音韻尾，發音位置與注音的「ㄉ」相同。	từ（從） mứt（蜜餞）
20	[tʰ]	th	「th」只能用於子音聲母，發音位置與注音「ㄊ」相同。	thở（呼吸）
21	[tʂ]	tr	「tr」只能用於子音聲母，發音位置與注音「ㄓ」相同。	tra（查）
22	[v]	v	「v」只能用於子音聲母，發音位置與英文「v」相同。	vẽ（畫）
23	[s]	x	「x」只能用於子音聲母，發音位置與注音的「ㄙ」相同。	xa（遠）

四 Các phụ âm dễ nhầm lẫn
容易混淆的子音

 （一）「有聲子音」及「無聲子音」容易混淆

　　由於在華語的注音裡面沒有「濁音聲母」（有聲子音），只有「清音聲母」
（無聲子音），因此大多數學習者學習越南語發音時很難分別「有聲子音」及
「無聲子音」之差異，其中最容易搞混的就是在同一個發音位置，但發音方式卻
是不同的子音，說明如下：

發音容易混淆的子音及解決方法

濁音 （有聲子音）	清音 （無聲子音）	容易混淆的地方 及解決方法
b[ɓ]	p[p]	同一個發音位置，但發濁音的時候，要出力使聲帶有明顯的振動。
đ[d]	t[t]	同一個發音位置，但發濁音的時候，要出力使聲帶有明顯的振動。此外，這個濁音有些人會發音成「l」[l]。
d[ʝ]	ch[tɕ]	同一個發音位置，但發濁音的時候，要出力使聲帶有明顯的振動。
v[v]	ph[f]	同一個發音位置，但發濁音的時候，要出力使聲帶有明顯的振動。除此之外，「ph」[f]是一個送氣的音。
g；gh[ɣ]	c；k[k]	同一個發音位置，但發濁音的時候，要出力使聲帶有明顯的振動。

（二）「捲舌音」和「不捲舌音」容易混淆

另外，由於越南文以河內音作為書寫及發音的標準，但是「河內」或越南「北部」的人在發音時比較不會捲舌，因此外國人學習越南語時，「捲舌音」跟「不捲舌音」也容易混淆不清。

「捲舌音」和「不捲舌音」

捲舌音	不捲舌音	越南「北部人」發音趨向
r[ʐ] ; gi[z]	d[ɟ]	北部人發音趨向為不捲舌音，因此在日常生活中比較難分辨，初學者在背單字時，請切記其書寫用字。
s[ʂ]	x[s]	北部人發音趨向為不捲舌音，因此在日常生活中比較難分辨，初學者在背單字時，請切記其書寫用字。
tr[tʂ]	ch[tɕ]	北部人發音趨向為不捲舌音，因此在日常生活中比較難分辨，初學者在背單字時，請切記其書寫用字。

五 Các quy tắc đặc biệt giữa âm và chữ
文字與發音之例外規則

（一）當舌根子音「g」和「ng」遇到後面的3個前母音「i」、「ê」、「e」時，「g」和「ng」要加上「h」，變成「gh」和「ngh」，但發音完全不變。

- Ghế gỗ 木椅
- Ghê gớm 兇悍
- Ghi chép 紀錄
- Nghĩ ngợi 考慮
- Ngành nghề 職業
- Nghe ngóng 打聽

（二）另外，子音「c」、「k」、「q」的發音雖然一樣，但是寫法也有區別。子音「c」、「k」、「q」會與不同的母音結合，像是「k」的後面只能跟前母音「i」、「ê」、「e」結合。而「q」的後面，一定要跟介音「u」在一起成為複子音「qu」。前母音之外的其他母音，都可以與「c」結合。

- Cá quả 雷魚
- Quê cô 老師的故鄉
- Kem ký 冰淇淋

（三）母音「i」和「y」的發音完全一樣。

1. 作為字首且後面沒有「子音韻尾」時，「i」要寫成「y」。

- Y tá 護士

2. 作為字首且後面有「子音韻尾」時，則維持「i」。

- Im lặng 安靜

3. 雙母音的「iê」作為字首且後面有「韻尾」時，要寫成「yê」。

- Yêu nhau 相愛

4. 當「i」前面有介音「u」時，「i」要寫成「y」。

- Trạng nguyên 狀元

5. 當詞彙有「聲母」時，後面通常要寫成「i」。

- Ghi nhớ 記住
- Đi đâu 去哪

　　目前在「i」和「y」都沒有嚴格規定在子音聲母後要必須寫「i」還是「y」，但是在複子音及濁音聲母後不會寫「y」，其他子音後面用「i」還是「y」都可以。

六 Thanh điệu 聲調

越南語與華語一樣，都是多聲調的語言，每個音節有自己的聲調。越南語聲調之不同，在於音節的高低，而在書寫方面，除了第一聲（平聲），每一個聲調都有自己的一個符號。越南語的聲調符號，會放在該音節母音的上面或下面。如果一個音節裡面有很多母音，通常都會標在核心音，若該音節有尾音，它就會被標示在尾音的前一個母音的上面或下面。每一個音節只有一個聲調，如果會有其他符號，那不一定是聲調的符號，它可能只是母音的符號。

越南語與華語「聲調調值」之比較

| 越南語聲調名稱 | thanh ngang 平聲(1) | thanh sắc 銳聲(2) | | thanh hỏi 問聲(3) | thanh huyền 玄聲(4) | thanh nặng 重聲(5) | | thanh ngã 跌聲(6) |
		其他韻母	p/ t/ c/ ch 結尾			其他韻母	p/ t/ c/ ch 結尾	
越南語調值	33 ˧	35 ˧˥	5 ˙	313 ˧˩˧	21 ˨˩	1 ˙	1 ˩˙	435 ˦˧˥
符號	無	/	/	?	\	.	.	~
越南語範例 ◉ MP3 07	a	á	áp	ả	à	ạ	ạp	ã
華語聲調	1	2		3	4	5		
北京華語調值	55	35		214	51			
臺灣華語調值	44	212		31	53			
注音符號	無	ˊ		ˇ	ˋ	˙		
漢字範例	媽	麻		馬	罵	嗎		

七 Luyện tập phát âm 拼音練習

 （一）單字 🔘 MP3 08

- bố（爸爸）
- có（有）
- chó（狗）
- dì（阿姨）
- đi（走、去）
- gà（雞）
- ghi（記錄）
- gì（什麼）
- già（老）

- hổ（老虎）
- kĩ（仔細）
- khỉ（猴子）
- là（是）
- mẹ（媽媽）
- no（飽）
- nghe（聽）
- ngã（跌倒）
- nhà（家）

- phở（河粉）
- quà（禮物）
- ra（出去）
- sợ（害怕）
- từ（從）
- thư（書信）
- trẻ（年輕）
- về（回）
- xa（遠）

 （二）簡單造句

- Mẹ về nhà. 媽媽回家。
- Gà sợ chó. 雞怕狗。
- Nhà xa. 家遠。
- Bố có thư. 爸爸有信。
- Dì trẻ. 阿姨年輕。

八 Các thành phần chính trong câu tiếng Việt
越南語句子的成分

（一）CHỦ NGỮ 主語

「主語」是句子的一個部分，作為句中的主體，可以是「人」、「事」、「物」，它用來回答「誰？」、「什麼？」等問題。

主語通常是「名詞」或「代名詞」，但是「動詞」或「形容詞」有時候也可以當作主語，在這時候，動詞或形容詞被視為一個名詞。主語可能是「一個詞」、「一個詞組」或「一個子句」。

（二）VỊ NGỮ 謂語

「謂語」是句中的第二部分，來說明主語的「活動」、「狀態」、「性質」、「特點」。謂語用來回答：「做什麼？」、「如何？」、「是什麼？」等問題。

謂語通常是「動詞」或「形容詞」。謂語可能是「一個詞」、「一個詞組」或「一個子句」。

（三）ĐỊNH NGỮ 定語

「定語」是越南語句子中的一個附屬部分，用以「補充名詞的意思」。定語通常是「形容詞」或「名詞」，也可以是「一個詞」、「一個詞組」、或「一個子句」。

（四）BỔ NGỮ 補語

　　「補語」是越南語句子中的一個附屬部分，用以「補充動詞或形容詞的意思」，以此造成一個「動詞詞組」或「形容詞詞組」。

 （五）TRẠNG NGỮ 狀語

　　「狀語」是越南語句子中的一個附屬部分，用以「補充全句的意思」，狀語通常是指「時間」、「地點」、「目的」、「方式」，用來說明句中的「時間」、「地點」、「原因」、「目的」、「結果」、「方式」。狀語可以是「一個詞」、「一個詞組」或「一個子句」。

例1：Tôi học tiếng Việt. 我學越南語。

　　→ Tôi（我）：代名詞當主語

　　　 học tiếng Việt（學習越南語）：動詞詞組當謂語

　　　 tiếng Việt（越南語）：名詞詞組，是動詞「học」（學習）的補語

例2：Tiếng Việt rất khó. 越南語很難。

　　→ Tiếng Việt（越南語）：名詞詞組當主語

　　　 rất khó（很難）：形容詞詞組當謂語

　　　 rất（很）：副詞，修飾形容詞「khó」（難）

例3：Hôm nay, chúng tôi ăn phở bò rất ngon. 今天，我們吃很好吃的牛肉河粉。

　　→ Hôm nay（今天）：狀語，表示時間（時間副詞）

　　　 chúng tôi（我們）：人稱代名詞當主語

　　　 ăn phở bò rất ngon（吃很好吃的牛肉河粉）：動詞詞組當謂語

　　　 phở bò rất ngon（很好吃的牛肉河粉）：名詞詞組當動詞的補語

　　　 bò rất ngon（很好吃的牛肉）：名詞與形容詞當名詞的定語

MEMO

Bài 3

Sự kết hợp giữa nguyên âm và âm cuối tạo thành vần

第 3 課：母音與尾音造成韻母

越南語的音節由「聲母」、「韻母」、「聲調」3種音素組合而成。韻母可以是一個單獨的母音，也可以由介音、母音（核心音）與尾音（子音或母音）組合而成。韻母是音節最重要的部分，會決定發音時的嘴型。所有的母音都可以與尾音結合，越南語的子音尾音不發音，只需把聲音停在該子音的發音位置。

方式 ＼ 位置	嘴唇	上齒齦	舌面	舌根
鼻音（一般音）	m[m]	n[n]	nh[ɲ]	ng[ŋ]
塞音（短促音）	p[p]	t[t]	ch[tɕ]	c[k]

「m」[m]、「n」[n]、「nh」[ɲ]、「ng」[ŋ]都屬於鼻音的子音，而「p」[p]、「t」[t]、「ch」[tɕ]、「c」[k]是它們同位置的塞音，所以雖然有8個子音韻尾，但是嘴巴只停在4個位置，造成4組嘴型，而每一組又分為「一般音」及「短促音」。其中「一般音」由母音與鼻音子音組成，「短促音」由母音及塞音子音組成。

韻母的拼音結構由「母音」（核心音）開始，結束在「韻尾」的位置。例如「am」的韻母的發音方式是由母音「a」的嘴型開始，然後結束在「m」的位置，也就是雙唇合在一起的位置。至於「ap」的韻母，也結束在同樣的位置，但是因為「p」是塞音子音，因此很快結束且力道比較大，所以此類別的韻母叫做「短促音」。

韻母的位置，有以下幾種情況：

・m [m]、p [p]：嘴型由母音決定，發音結束時，上下唇是合在一起的。

・n [n]、t [t]：嘴型由母音決定，發音結束時，舌尖是彈到上排牙齒的。

・nh [ɲ]、ch [tɕ]：嘴型由母音決定，發音結束時，舌邊是碰到上臼齒，且雙唇是不碰在一起，嘴角往後拉的。

・ng [ŋ]、c [k]：嘴型由母音決定，發音結束時，舌頭是往後，且嘴巴是張開的（後母音例外）。

半母音韻尾[j]和[w]會因為母音的嘴型大小或發音的長短而用不同的字母呈現，如果是[j]韻尾，跟一般母音結合時會寫「i」，例如：「ơi」；而跟短母音結合時則會寫「y」，例如：「ây」。另外，[w]韻尾跟大嘴型母音或長母音結合時會寫「o」，例如：「ao」；而跟短母音或小嘴型母音結合時會寫「u」，例如：「êu」。嘴型也會隨著不同的字母而有所改變。

Cần cù bù thông minh
勤能補拙

一 Nguyên âm trước kết hợp với âm cuối 前母音與韻尾

前母音與韻尾表 MP3 09

母音 韻尾	m [m]	p [p]	n [n]	t [t]	nh [ɲ]	ch [tɕ]	ng [ŋ]	c [k]	i (y) [j]	o (u) [w]
e	em	ep	en	et	-	-	eng	ec	-	eo
ê	êm	êp	ên	êt	ênh	êch	-	-	-	êu
i	im	ip	in	it	inh	ich	-	-	-	iu

 Luyện tập phát âm 拼音練習

（一）單字 MP3 10

- em 弟、妹、學生的稱呼
- đẹp 漂亮
- đen 黑
- mét 公尺
- xẻng 鏟子
- séc 支票
- kẹo 糖果

- đêm 深夜
- bếp 廚房
- tên 名字
- Tết 春節、過年
- bệnh 疾病
- ếch 青蛙
- kêu 叫

- im 安靜、閉嘴
- kịp 來得及
- xin 請、求、討
- thịt 肉
- xinh 可愛、漂亮
- thích 喜歡
- chịu 承受

（二）簡單造句

- Em tên là gì? 妳叫什麼名字？
- Em tên là Minh. 我叫明。
- Em thích thịt gà. 我喜歡雞肉。

Học đi đôi với hành
學而時習之

二 Nguyên âm giữa kết hợp với âm cuối
中母音與韻尾

中母音與韻尾表 MP3 11

韻尾 母音	m [m]	p [p]	n [n]	t [t]	nh [ɲ]	ch [tɕ]	ng [ŋ]	c [k]	i (y) [j]	o (u) [w]
a	am	ap	an	at	anh	ach	ang	ac	ai	ao
ă	ăm	ăp	ăn	ăt	-	-	ăng	ăc	ay[1]	au[2]
ơ	ơm	ơp	ơn	ơt	-	-	-	-	ơi	-
â	âm	âp	ân	ât	-	-	âng	âc	ây	âu
ư	-	-	-	ưt	-	-	ưng	ưc	ưi	ưu

1. 此短母音上的符號不見了，所以有些作者會將它們列在「a」的母音。但它們的發音方式是「ă」，因此本教材會放在「ă」的位置。
2. 同上。

 Luyện tập phát âm 拼音練習

（一）單字 MP3 12

- làm 做
- đáp án 答案
- bán 賣
- bát 碗
- anh trai 親哥哥
- sách 書
- tháng 月份
- bác gái 伯母

- ai 誰
- chào 打招呼
- năm 年、五
- sắp xếp 安排
- ăn 吃
- đắt 貴
- canh măng 竹筍湯
- Đài Bắc 臺北

- ngày mai 明天
- cháu 孫子、孫女
- cơm 飯
- lớp 教室、班級
- cám ơn 謝謝
- ớt cay 辣椒
- trời ơi 天啊
- ấm 溫暖

- bài tập 作業
- cần 需要
- rất 很
- vâng lời 聽話
- nấc 打嗝
- bây giờ 現在
- nấu 煮
- vứt 丟棄
- nhưng 但是
- sức lực 力氣
- ngửi 聞
- nghỉ hưu 退休

（二）簡單造句

- Chào các bạn. 大家好。
- Ngày mai, em đi Đài Bắc. 明天，弟弟去臺北。
- Em thích ăn canh măng với ớt cay. 妹妹喜歡吃竹筍湯加辣椒。

Học, học nữa, học mãi
活到老學到老

≡ Nguyên âm sau kết hợp với âm cuối
後母音與韻尾

後母音與韻尾表

韻尾 母音	m [m]	p [p]	n [n]	t [t]	nh [ɲ]	ch [tɕ]	ng [ŋ]	c [k]	i (y) [j]	o (u) [w]
o	om	op	on	ot	-	-	ong	oc	oi	-
ô	ôm	ôp	ôn	ôt	-	-	ông	ôc	ôi	-
u	um	up	un	ut	-	-	ung	uc	ui	-

注意：後母音「o」、「ô」、「u」遇到韻尾「ng」[ŋ]和「c」[k]時，會有「嘴唇化」的現象。也就是說，原本「ng」[ŋ]和「c」[k]這兩個韻尾發音時上下唇的位置會分開，但是當遇到後母音時，上下唇就會合在一起，但又因為氣流還沒有送出來，因此還會含在嘴巴裡。所以它的發音方式是合嘴、含氣。

 Luyện tập phát âm 拼音練習

（一）單字

- hòm thư 信箱
- họp 開會
- ngon 好吃
- ngọt 甜
- xong 完成
- học 學
- nói 說、講

- hôm nay 今天
- hộp 盒子
- bốn 四
- tốt 好
- không 零、不、沒
- cốc 杯子
- tôi 我

- tôm hùm 龍蝦
- súp lơ 花椰菜
- dây thun 橡皮筋
- bút máy 鋼筆
- Cao Hùng 高雄
- chúc mừng 祝賀
- vui vẻ 快樂

（二）簡單造句

- Hôm nay không phải đi học, nên chúng tôi đi chơi.
  今天不用上課，所以我們去玩。

- Chúng tôi đi Cao Hùng ăn tôm hùm. 我們去高雄吃龍蝦。

- Tôm hùm ngon nhưng đắt. 龍蝦好吃但是貴。

Đi một ngày đàng, học một sàng khôn

經一事，長一智

四 Hội thoại 會話

 ## （一）Chào các em 問候　MP3 15

Hà: Chào các em.
河：各位同學好。

Học sinh: Chào cô ạ.
學生們：老師好。

Mai: Chào bạn, tôi là Mai.
梅：妳好。我是梅。

Minh: Chào bạn, tôi là Minh.
明：你好。我是明。

Hải: Chào chị, em là Hải.
海：姐姐好，我是海。

Hà: Chào em, chị là Hà.
河：弟弟好，我是河。

Lâm: Chào giám đốc, tôi là Lâm.

霖：經理好，我是霖。

Giám đốc Phong: Chào anh, tôi là Phong.

豐經理：你好，我是豐。

Hà: Chào các bạn, tôi về nhé!

河：大家好，我先走囉！

Học sinh: Vâng, cô về cẩn thận ạ!

學生們：好的，老師請慢走！

Lâm: Tạm biệt giám đốc.

霖：經理，再見。

Giám đốc Phong: Chào anh, hẹn gặp lại.

豐經理：你好，後會有期。

（二）Từ mới 生詞 MP3 16

1. chào 形 打招呼

2. các 副 各

3. em 名 弟弟、妹妹、學生

4. cô 名 姑姑、小姐、女老師的稱謂

5. ạ 嘆 放在句子最後，用來表示禮貌

6. bạn 名 朋友、伴

7. tôi 代 我

8. Mai 名 梅、玫（人名、人姓）

9. là 動 是

10. Minh 名 明（人名）

11. chị 名 姐姐、女士、前輩

12. Hải 名 海（人名）

13. giám đốc 名 經理

14. Lâm 名 林、霖（人名、人姓）

15. anh 名 哥哥、先生、前輩

16. Phong 名 豐、風、峰（人名）

17. Hà 名 河、何、荷（人名、人姓）

18. về 動 回去

19. vâng 嘆 是、是的

20. cẩn thận 形 小心、謹慎

21. nhé 嘆 囉（屬於「語氣詞」、「結尾語」）

22. tạm biệt 片語 再見、暫別

23. hẹn gặp lại 片語 後會有期

（三）Ngữ pháp 文法

1. 稱呼代名詞：

　　越南是一個非常重視輩分的國家，因此越南語的「稱呼代名詞」（又稱「稱謂詞」）會因為對話人之間的關係而有所改變。越南語的稱呼代名詞，是直接採用「關係代名詞」，這個特點與臺灣或西方各國語言不同。

　　越南的輩分關係包括家族的血緣關係及社交關係。其中家族關係會按照「家族輩分關係詞」來稱呼。而在社交方面，由於越南人習慣將對方視為自己的家人，所以也會按雙方的年齡差距，來比照家族關係的「擬親關係詞」來稱呼彼此。

　　另外，有時因為兩方之間的關係，部分的代名詞可共用「我」或「你」。例如：當「我」是「anh」（哥哥），「你」是「em」（弟弟）時，你叫我「anh」，我也可以自稱「anh」。見以下表格：

男生（單數）		女生（單數）	
第一人稱 （我）	第二人稱 （你）	第一人稱 （我）	第二人稱 （妳）
tôi 我	bạn 朋友 ông 先生 anh 大哥	tôi 我	bạn 朋友 bà 女士 chị 姐姐 cô 小姐
em 弟弟	anh 哥哥 thầy 男老師	em 妹妹	chị 姐姐 cô 女老師
anh 哥哥 thầy 男老師	em 弟弟	chị 姐姐 cô 女老師	em 妹妹

2. 「chào」的用法：

「chào」是打招呼、行禮用詞，相當於中文的「好、安、打招呼」，越南語只要使用此詞，再加上對方的稱謂，就可以表示自己在向對方打招呼，使用時不需要分時間早晚。

例 Chào các em. 各位同學好。

例 Chào bạn. 朋友好。

例 Chào chị. 姐姐好。

3. 「ạ」的用法：

是一個敬語，當完整的一句話加上「ạ」，且「ạ」放在最後面時，則代表這是最有禮貌的句子，是晚輩對前輩或長輩們的答禮用語。

例 Em chào cô ạ. 老師好。

4. 「nhé」的用法：

「nhé」要放在句尾，表示叮嚀、勸告，或告知對方自己即將進行的動作。用於祈使句或命令句。

例 Tôi về nhé! 我回去囉！

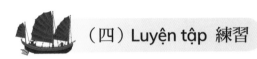

（四）Luyện tập 練習

1. Nghe và chọn đáp án đúng. 請聽音檔，然後選出正確的答案。 🔘 MP3 17

(1) _____ ở Đài Nam rất ngon.

    A. Canh cá   B. Canh gà   C. Cơm cà   D. Gan gà

(2) _____ tôi đi Đài Bắc.

    A. Ngày mai   B. Ngài may   C. Này ai   D. Mai này

(3) Tôi thích ăn _____ .

    A. Tôm hùng   B. Tôn sùng   C. Tôm hùm   D. Tum hồm

(4) Mẹ tôi nấu phở bò _____ .

    A. Mất ngon   B. Rất ngon   C. Bát con   D. Đất non

2. Chọn từ thích hợp trong kho từ được cung cấp để điền vào chỗ trống.
請在所提供的辭庫選擇適當的詞語填入下列空格。

    Chào ___(1)___ . Tôi là ___(2)___ . Nhà ___(3)___ ở Đài Bắc, tôi ___(4)___ ở Cao Hùng. Tôi ___(5)___ ăn phở bò mẹ tôi ___(6)___ . ___(7)___ trời ___(8)___ , tôi về nhà ___(9)___ phở. Tôi ___(10)___ vui vẻ.

A. ăn   F. ngày mai

B. ấm   G. rất

C. các bạn   H. tôi

D. học   I. Thanh Hà

E. nấu   J. thích

五 Bổ sung 補充：
越南語「稱呼代名詞」對照表

以下詳細整理第一、二、三人稱的單數及複數「稱呼代名詞」。

 （一）單數

男生（單數）			女生（單數）		
第一人稱 （我）	第二人稱 （你）	第三人稱 （他）	第一人稱 （我）	第二人稱 （妳）	第三人稱 （她）
tôi	bạn ông anh	bạn ấy ông ấy anh ấy	tôi	bạn bà chị cô	bạn ấy bà ấy chị ấy cô ấy
em	anh thầy	anh ấy thầy ấy	em	chị cô	chị ấy cô ấy
anh thầy	em	em ấy nó	chị cô	em	em ấy nó
cháu	chú cậu bác ông	chú ấy cậu ấy bác ấy ông ấy	cháu	cô dì bác bà	cô ấy dì ấy bác ấy bà ấy
con	bố, ba		con	mẹ	
chú cậu bác ông	cháu	cháu ấy nó	cô dì bác bà	cháu	cháu ấy nó
bố	con	nó	mẹ	con	nó
tớ mình	bạn cậu	bạn ấy nó	tớ mình	bạn cậu	bạn ấy nó
tao	mày	nó	tao	mày	nó

備註：第三人稱的稱呼，是參照第一人稱（發言人）和其關係而成。

（二）複數

男生（複數）			女生（複數）		
第一人稱 （我們）	第二人稱 （你們）	第三人稱 （他們）	第一人稱 （我們）	第二人稱 （妳們）	第三人稱 （她們）
chúng tôi chúng ta	các bạn các ông các anh	các bạn ấy các ông ấy các anh ấy họ	chúng tôi	các bạn các bà các chị các cô	các bạn ấy các bà ấy các chị ấy các cô ấy họ
chúng cháu	các chú các cậu các bác các ông	các chú ấy các cậu ấy các bác ấy các ông ấy họ	chúng cháu	các cô các dì các bác các bà	các cô ấy các dì ấy các bác ấy các bà ấy họ
chúng con	bố, ba		chúng con	mẹ	
chúng em	các anh các thầy	các anh ấy các thầy ấy	chúng em	các chị các cô	các chị ấy các cô ấy
chúng anh	các em	các em ấy họ chúng nó	chị	các em	các em ấy họ chúng nó
các chú các cậu các bác các ông	các cháu	các cháu ấy họ chúng nó	các cô các dì các bác các bà	các cháu	các cháu ấy họ chúng nó
bố mẹ	các con	chúng nó	bố mẹ	các con	chúng nó
chúng tớ/ mình bọn tớ/ mình	các bạn	các bạn ấy chúng nó	chúng tớ/ mình bọn tớ/ mình	các bạn	các bạn ấy chúng nó
bọn tao	bọn mày	chúng nó	bọn tao	bọn mày	chúng nó

備註：第三人稱的稱呼，是參照第一人稱（發言人）和他的關係而成。

第3課

（三）詞彙 MP3 18

1. anh：哥哥、先生、前輩、學長，或是稱呼比自己大1～20歲且沒有血緣關係的男性友人

2. ấy：加在第二人稱的稱呼代名詞後面，就變成第三人稱的稱呼代名詞。

3. bà：奶奶、阿婆、女士，或是稱呼比自己大50歲以上且沒有血緣關係的女性

4. bác：伯父、伯母，或是稱呼比自己大30歲以上且沒有血緣關係的人

5. bạn：伴侶、夥伴、朋友

6. bố：爸爸

7. các：各（稱呼對方的複數時使用）

8. cậu：舅舅、朋友（好友之間，但尚需尊重對方時使用）

9. cháu：孫子、孫女、侄子、姪女，或是稱呼比自己小於15歲以上且沒有血緣關係的人

10. chị：姐姐、大姐、小姐、女前輩、學姊，或是稱呼比自己大1～20歲且沒有血緣關係的女性友人

11. chú：叔叔，或是稱呼比自己大15～30歲且沒有血緣關係的男性

12. chúng ta：我們（包括聽話者在內）

13. chúng tôi：我們（不包括聽話者在內）

14. chúng：加在人稱代名詞前面，就變成多數（有「～們」的意思）

15. cô：姑姑、小姐、女老師的稱呼

16. con：孩子、兒子、女兒

17. dì：阿姨

18. em：弟弟、妹妹、學生

19. mày：你（好友之間或不需尊重禮數時使用）

20. mẹ：媽媽

21. nó：他、她、它（不需尊重禮數時使用）

22. ông：爺爺、老翁、先生，或是稱呼比自己大於50歲以上且沒有血緣關係的男性

23. tao：我（好友之間或不需尊重禮數時使用）

24. thầy：男老師

25. tớ, mình：我（好友之間，但尚需尊重對方時使用）

26. tôi：我（首次見面仍未建立關係或需要尊重禮數時使用）

Học thầy không tày học bạn
三人行，必有我師

MEMO

Sự kết hợp giữa nguyên âm đôi và âm cuối tạo thành vần

第 4 課：雙母音與韻尾造成韻母

一 Nguyên âm đôi 雙母音的結構

越南語的母音中有3組雙母音的發音組合，其形成模式是每一組雙母音的嘴型，分別從同一個舌頭位置（不同的下巴高度）由上往下拉而形成：

舌位＼嘴型	前	中	後
高	i [i]	ư [ɯ]	u [u]
中	ê [e]	ơ [ə:]	ô [o]
低	e [ɛ]	a [ɑ:]	o [ɔ]

雖然每一個組合是同一個唸法，但是分成兩種不同的寫法，如下：

前雙母音「iê」，國際音標是[ie]，有「ia」和「iê」2種寫法。其中「ia」後面沒有任何韻尾，而「iê」後面一定要加韻尾（母音或子音）。

[ie]
　　「ia」（後面無韻尾，寫法改變，唸法不變）

　　「iê」+ 韻尾（唸法隨著韻尾的改變而改變）

中雙母音「ươ」，國際音標是[ɯɤ]，寫法分別為「ưa」和「ươ」，規則同上。

[ɯɤ]
　　「ưa」（後面無韻尾，寫法改變，唸法不變）

　　「ươ」+ 韻尾（唸法隨著韻尾的改變而改變）

後雙母音「uô」，國際音標是[uo]，寫法分成「ua」和「uô」，規則同上。

$$[uo] \begin{cases} \text{「ua」（後面無韻尾，寫法改變，唸法不變）} \\ \\ \text{「uô」＋韻尾（唸法隨著韻尾的改變而改變）} \end{cases}$$

雙母音的韻尾結合表

母音 ＼ 韻尾 ／ 無韻尾		m [m]	p [p]	n [n]	t [t]	ng [ŋ]	c [k]	i(y) [j]	o(u) [w]
iê	ia	iêm	iêp	iên	iêt	iêng	iêc	-	iêu
ươ	ưa	ươm	ươp	ươn	ươt	ương	ươc	ươi	ươu
uô	ua	uôm	-	uôn	uôt	uông	uôc	uôi	-

Luyện tập phát âm　拼音練習

（一）單字

- bia　啤酒
- tìm kiếm　尋找
- tiếp tục　繼續
- tiền　錢
- Việt Nam　越南
- tiếng Việt　越南語
- việc　事情、工作
- yêu　愛
- bao nhiêu　多少

- mưa　下雨
- bướm　蝴蝶
- cướp　搶劫
- vườn　園子
- ướt　溼
- lương　薪水
- nước　水、國家
- người　人
- rượu　酒

- mua　買
- nhuộm　染（色）
- muốn　想要
- tuột　鬆開
- uống　喝
- thuốc　藥
- suối　泉、溪
- tuổi　年齡、歲

（二）簡單造句

- Tôi yêu tiếng Việt. 我愛越南語。

- Tôi học tiếng Việt để kiếm việc. 我學越南語是為了找工作。

- Người Việt Nam thích bia rượu. 越南人喜歡啤酒、酒。

- Hôm nay tôi không muốn uống rượu, tôi muốn uống nước suối.
  今天我不想喝酒，我想喝礦泉水。

- Bạn bao nhiêu tuổi? 你多少歲？

Không có việc gì khó, chỉ sợ lòng không bền
世上無難事，只怕有人心

二 Hội thoại 會話

（一）Chị là người Việt Nam à? 妳是越南人嗎？

 Tiến: Chào chị, xin lỗi, chị là người Việt Nam à?

進：妳好，不好意思，妳是越南人嗎？

 Hà: Vâng, tôi là người Việt Nam, còn anh?

河：是的，我是越南人，你呢？

 Tiến: Tôi cũng là người Việt Nam, chị là người ở đâu?

進：我也是越南人，妳是哪裡人？

 Hà: Tôi là người Hải Dương. Anh tên là gì?

河：我是海陽人。你叫什麼名字？

 Tiến: Tôi là Tiến. Còn chị?

進：我是進。妳呢？

 Hà: Tôi tên là Hà. Rất vui được gặp anh!

河：我的名字是河。很高興見到你！

 Tiến: Tôi cũng rất vui được làm quen với chị!

進：我也很高興可以認識妳！

 Hà: Tạm biệt anh.

河：再見。

 Tiến: Chào chị, hẹn gặp lại.

進：再見，後會有期。

（二）Từ mới 生詞 MP3 23

1. xin lỗi 片語 不好意思、對不起

2. à 疑問 嗎

3. còn 動 還有。當它的後面加名詞、代名詞並加問號時，則用來反問，表示「……呢？」

4. cũng 副 也

5. ở đâu 疑問 在哪裡

6. Hải Dương 名 海陽（地名）

7. Tiến 名 進（人名）

8. vui 形 高興

9. được 動 能夠、可以、得以

10. gặp 動 見

11. làm quen 動 認識

12. với 介 跟、和

13. hẹn 動 約

14. lại 副 再

（三）Ngữ pháp 文法

1. 越南語的疑問代名詞

（1）「à?」（嗎？）

　　用於「是非問句」時，固定放在句尾。回答時可依自己實際的情況，選擇用「肯定」或「否定」開頭的句子回答。

　　例 Anh học tiếng Việt à? 你學越南語嗎？

　　→ Không, tôi không học tiếng Việt. 不，我不學越南語。

　　→ Vâng, tôi học tiếng Việt. 是，我學越南語。

（2）gì?（什麼？）

　　可以用於主格或受格，回答時，要使用與事、物相關的名詞。

　　例 Anh tên là gì? 你叫什麼名字？

　　→ Tôi tên là Minh. 我的名字是明。

（3）「ở đâu?」（在哪裡？）

　　用來詢問地點，通常使用於「一般動詞」的後面，表示動作發生的所在。

　　例 Q: Anh học tiếng Việt ở đâu? 你在哪裡學越南語？

　　　　A: Tôi học tiếng Việt ở Đài Loan. 我在臺灣學越南語。

2. 詢問對方「名字」與「國籍」、「祖籍」的句型

（1）問名字

[句型] 主語＋tên là gì (ạ)?

[回答] 主語＋tên là＋名字

[例] Chị tên là gì? 你的名字是什麼？

→ Tôi tên là Hà. 我的名字是河。

（2）問國籍

[問句] 主語＋là người nước nào?

[回答] 主語＋là người＋國名。

[例] Chị là người nước nào? 你是哪國人？

→ Tôi là người Việt Nam. 我是越南人。

（3）問祖籍

[問句] 主語＋là người ở đâu?

[回答] 主語＋là người＋地名。

[例] Chị là là người ở đâu? 你是哪裡人？

→ Tôi là người Đài Nam. 我是臺南人。

（四）Luyện tập 練習

1. Nghe và điền vào chỗ trống. 請聽音檔並填空。 🔘 MP3 24

A: Chào ____ , xin lỗi, anh ____ là gì?

B: Tôi tên ____ Tiến. Còn ____ , chị tên là gì?

A: Tôi tên là Hà. Rất ____ được gặp anh!

B: Tôi cũng rất vui được làm quen ____ chị!

2. Nghe và chọn đáp án đúng. 請聽錄音，並選擇正確的答案。 🔘 MP3 25

(1) Chị là người _____.
   A. Miền Nam   B. Đài Bắc   C. Việt Nam   D. Đài Nam

(2) Tôi đi _____ làm việc.
   A. Việt Nam   B. Đài Bắc   C. Đài Nam   D. Miền Nam

(3) Anh muốn _____ gì?
   A. uống   B. xuống   C. cuốn   D. thuốc

(4) Tôi không có _____.
   A. tìm   B. tiền   C. tình   D. tin

(5) Anh Tiến đang học _____.
   A. tiếng Anh   B. tiến Việt   C. tiếng Việt   D. tính tiền

3. Nhìn ảnh và điền từ vào chỗ trống. 請看國旗，再填入空格。

(1) Chị là người _____

(2) Em là người _____

(3) Mai là người _____

(4) Yuki là người _____

(5) Kim là người _____

(6) Bân là người _____

(7) Ông là người _____

(8) Cô Kim là người _____

(9) John là người _____

(10) Nina là người _____

4. **Sắp xếp từ thành câu đúng.** 請將下列詞語，排列成正確的句子。

(1) gì / tên / anh / là

→ _____

(2) em / Đài Loan / người / là / à

→ _____

(3) Việt Nam / chị / không / phải / người / là

→ _____

(4) tên/ Mai/ tôi/ là

→ _____

(5) nào / nước / người / anh / là

→ _____

(6) tôi / người / là / Đài Loan

→ _____

5. **Chọn từ thích hợp trong kho từ được cung cấp để điền vào chỗ trống.**
   請在所提供的辭庫選擇適當的詞語填入下列空格。

Tôi đang ___(1)___ tiếng Việt ở Cao Hùng. ___(2)___ hơi khó nhưng rất ___(3)___ . Tôi ___(4)___ học tiếng Việt để đi Việt Nam ___(5)___ . Bây giờ tôi ___(6)___ làm việc nên không có ___(7)___ . Ngày mai tôi ___(8)___ nhà ở Đài Nam ăn ___(9)___ với bố mẹ ___(10)___ .

A. cơm   E. muốn   I. về
B. học   F. tiền   J. vui
C. không   G. tiếng Việt
D. làm việc   H. tôi

6. Dịch 翻譯

(1) Dịch đoạn văn trên sang tiếng Hoa. 請將上列短文翻譯成中文。

→ _____

_____

_____

(2) Dịch sang tiếng Việt. 請翻譯成越南文。

大家好，我叫霖。我是臺灣人，正在高雄學越南語。我學越南語是為了找
工作。很高興認識大家。

→ _____

_____

_____

三 Bổ sung 補充：常見國名 ◉ MP3 26

1. 中國 Trung Quốc

2. 中華民國（臺灣）

   Trung Hoa Dân Quốc (Đài Loan)

3. 日本 Nhật Bản

4. 加拿大 Ca-na-đa (Canada)

5. 印尼 In-đô-nê-xi-a (Indonesia)

6. 印度 Ấn Độ

7. 西班牙 Tây Ban Nha

8. 汶萊 Bờ-ru-nây (Brunei)

9. 法國 Pháp

10. 俄羅斯 Nga

11. 南非 Nam Phi

12. 新加坡 Xinh-ga-po (Singapore)

13. 柬埔寨 Cam-pu-chia (Cambodia)

14. 美國 Mỹ

15. 英國 Anh

16. 泰國 Thái Lan (Thailand)

17. 紐西蘭 Niu-di-lân (Newzeeland)

18. 馬來西亞 Ma-lai-xi-a (Malaysia)

19. 荷蘭 Hà Lan (Holland)

20. 北韓（朝鮮）Triều Tiên

21. 菲律賓 Phi-líp-pin (Philippines)

22. 越南 Việt Nam

23. 義大利 Ý (Italia)

24. 葡萄牙 Bồ Đào Nha

25. 蒙古 Mông Cổ

26. 寮國 Lào (Laos)

27. 德國 Đức

28. 緬甸 Miến Điện/ My-an-ma
    (Myanmar)

29. 澳洲 Châu Úc/ Ốt-trây-li-a (Australia)

30. 韓國 Hàn Quốc

第 4 課

MEMO

Bài 5

Sự kết hợp giữa âm đầu và vần

第 5 課：介音與韻母的結合

一 Sự kết hợp giữa âm đầu và vần 介音與韻母的結合

　　「介音」位於「聲母」與「主要母音」之間，是帶有「子音」傾向的「高母音」。介音亦稱為「韻頭」、「介母」。國際音標[w]在越南語的介音會書寫成「o」或「u」，當書寫成不同的字時，發音也會跟著不同，且發音時嘴型會從「圓嘴」開始。

　　介音[w]會與韻母結合成比較複雜的韻母。書寫成「o」的介音，所結合的韻母唸法相同；但是當介音[w]與子音聲母[k]結合時，字母要寫「u」，[k]要寫「q」，例如[kwa]的音要寫「qua」。而與其他子音聲母結合時，還是一樣寫成「o」或「u」。

　　「介音與韻母的結合」表格如下：

介音與韻母結合表

MP3 27

介音	核心音	尾韻 無韻尾	m [m]	p [p]	n [n]	t [t]	ng [ŋ]	c [k]	nh [ɲ]	ch [tɕ]	i(y) [j]	o(u) [w]
o	a	oa	oam	oap	oan	oat	oang	oac	oanh	oach	oai	oao
o	ă	-	oăm	oăp	oăn	oăt	oăng	oăc	-	-	oay	-
o	e	oe	-	-	oen	oet	-	-	-	-	-	oeo
u	ê	uê	-	-	uên	uêt	-	-	uênh	uêch	-	-
u	â	-	-	-	uân	uât	uâng	-	-	-	uây	-
u	i	uy	-	uyp	uyn	uyt	-	-	uynh	uych	-	uyu
u	iê	uya	-	-	uyên	uyêt	-	-	-	-	-	-

Luyện tập phát âm 拼音練習

（一）單字　　　　　　　　　　　　　　　　 MP3 28

- hoa quả　水果
- ngoáp　缺氧、打哈欠
- ngoạm　咬
- Đài Loan　臺灣
- dứt khoát　乾脆
- Hoàng　黃（姓氏）
- nói khoác　吹牛、吹噓
- kinh doanh　經營
- kế hoạch　計畫
- oai phong　威風
- ngoáo ộp　鬼臉
- sâu hoắm　很深
- co quắp　蜷縮
- tóc xoăn　捲髮
- thoăn thoắt　矯捷（動作很快）
- liến thoắng　口若懸河
- hoặc là　或者
- loay hoay　不知所措
- khỏe　健康
- hoen ố　污點
- quen　認識、熟悉

- quét　掃
- ngoằn ngoèo　彎曲
- thuê　租賃
- quên　忘記
- va quệt　擦撞
- tuềnh toàng　邋遢
- khuếch đại　擴大
- huân chương　勳章
- bất khuất　不屈服
- bâng khuâng　惘然、悵惘
- khuây khỏa　快慰
- huy hoàng　輝煌
- ống túyp　管子
- màn tuyn　蚊帳
- xe buýt　巴士
- phụ huynh　家長
- huỵch toẹt　口不擇言
- khúc khuỷu　崎嶇
- đêm khuya　深夜
- chuyện　故事
- nguyệt thực　月蝕

第 5 課

（二）簡單造句

- Hoa quả của Đài Loan rất ngon. 臺灣的水果很好吃。

- Tôi thích nghe "Chuyện đêm khuya". 我喜歡聽《深夜故事》。

- Hôm nay có nguyệt thực. 今天有月蝕。

Nói được làm được

說到做到

二 Hội thoại 會話

（一）Chị có khỏe không? 你身體好嗎？

1. Ở sân trường 在學校廣場

MP3 29

Minh: Chào Mai, khỏe không?

明：嗨，小梅，妳好嗎？

Mai: Chào Minh, mình vẫn vậy. Còn cậu, dạo này thế nào?

梅：嗨，阿明，我還是老樣子，你呢？最近如何？

Minh: Mình cũng bình thường.

明：我也差不多。

2. Ở phòng làm việc 在辦公室

MP3 30

Minh: Chào chị. Chị có khỏe không?

明：姐姐好。姐姐身體好嗎？

Hà: Cám ơn em, chị khỏe. Còn em, công việc thế nào?

河：謝謝弟弟，我很好。你呢，工作如何？

Minh: Em hơi bận ạ.

明：我有點忙。

第 5 課

3. Trên hành lang　在走廊

Lâm: Em chào cô ạ.
霖：老師好。

Hà: Chào em, dạo này học tập thế nào?
河：同學好，最近學習如何？

Lâm: Em vẫn bình thường, cô có khỏe không ạ?
霖：我還是老樣子，老師好嗎？

Hà: Cám ơn em, cô vẫn vậy.
河：謝謝你，我也一樣。

4. Trong lớp học　在教室裡

Mai: Chào các bạn, xin giới thiệu với các bạn, đây là Nguyễn Thị Minh Nguyệt, bạn ấy là sinh viên mới.
梅：大家好，跟大家介紹，這是阮氏明月，她是新來的學生。

Nguyệt: Chào các bạn, tôi là Minh Nguyệt, tôi mới đến Đài Loan, mong các bạn giúp đỡ.
明月：大家好，我是明月，我剛來臺灣，希望大家多多幫忙。

Lâm và Hải: Chào Minh Nguyệt, hoan nghênh bạn đến với lớp chúng tôi.
霖和海：明月好，歡迎妳來到我們班。

（二）Từ mới 生詞 MP3 33

1. khỏe 形 健康

2. không 副 不、沒、否定用語，放在句尾時表示「疑問」

3. mình 代 我

4. vẫn 副 還、仍然

5. vẫn vậy 片語 跟往常一樣

6. dạo này 片語 這陣子

7. thế nào 疑問 如何

8. bình thường 形 普通、通常、平常

9. công việc 名 工作

10. hơi 副 有點

11. bận 形 忙

12. học tập 動 學習

13. xin 動 請、讓、拜託、求、討

14. giới thiệu 動 介紹

15. đây 代 這

16. Nguyễn Thị Minh Nguyệt 名 阮氏明月（人名）

17. sinh viên 名 大學生

18. mới 形 副 新的、才

19. mong 動 希望

20. giúp đỡ 動 幫忙、協助

21. hoan nghênh 動 歡迎

22. đến 動 到

23. chúng tôi 代 我們

 **（三）Ngữ pháp 文法**

1. 稱呼代名詞（續）：

（1）第三人稱代名詞

　　越南語的「稱呼代名詞」（又稱「稱謂詞」），會因為對話人之間的關係而有所改變，也就是直接採用「關係代名詞」來稱呼。因此，在稱呼第三人的時候，只要看他在第二人稱是如何稱呼，在後面加上一個「ấy」即可。但如果第三人稱屬於物品或不需要尊重的人物，可以統稱為「nó」。

男生（單數）			女生（單數）		
第一人稱（我）	第二人稱（你）	第三人稱（他）	第一人稱（我）	第二人稱（妳）	第三人稱（她）
tôi 我	bạn 朋友 ông 先生 anh 哥哥	bạn ấy 那位朋友 ông ấy 那位先生 anh ấy 那位哥哥	tôi 我	bạn 朋友 bà 女士 chị 姐姐 cô 小姐	bạn ấy 那位朋友 bà ấy 那位女士 chị ấy 那位姐姐 cô ấy 那位小姐
em 弟弟	anh 哥哥 thầy 男老師	anh ấy 那位朋友 thầy ấy 那位老師	em 妹妹	chị 姐姐 cô 女老師	chị ấy 那位姐姐 cô ấy 那位老師
anh 哥哥 thầy 男老師	em 弟弟	em ấy 那位弟弟 nó 他、它	chị 姐姐 cô 女老師	em 妹妹	em ấy 那位妹妹 nó 她、它

（2）複數人稱代名詞

　　越南語的複數人稱代名詞，會因為第一人稱、第二人稱及第三人稱的不同，要在人稱代名詞之前加上不同的詞。最常見是第一人稱加「chúng」，第二人稱或輩分比較高的第一人稱加「các」，第三人稱與單數一樣，在第二人稱在後面加「ấy」，或統稱為「họ」。比較親密關係或通俗的用法，還可以加「bọn / tụi」在前面表示複數。

男生（複數）			女生（複數）		
第一人稱 （我們）	第二人稱 （你們）	第三人稱 （他們）	第一人稱 （我們）	第二人稱 （妳們）	第三人稱 （她們）
chúng tôi 我們（不包括聽話者在內） chúng ta 我們（包括聽話者在內）	các bạn 各位朋友 các ông 各位先生 các anh 各位哥哥	các bạn ấy 那些朋友們 các ông ấy 那些先生們 các anh ấy 那些哥哥們 họ 他們	chúng tôi 我們（不包括聽話者在內） chúng ta 我們（包括聽話者在內）	các bạn 各位朋友 các bà 各位女士 các chị 各位姐姐 các cô 各位小姐	các bạn ấy 那些朋友們 các bà ấy 那些女士們 các chị ấy 那些姐姐們 các cô ấy 那些小姐們 họ 她們
chúng em 弟弟們	các anh 哥哥們 các thầy 老師們	các anh ấy 那些哥哥們 các thầy ấy 那些老師們	chúng em 妹妹們	các chị 姐姐們 các cô 老師們	các chị ấy 那些姐姐們 các cô ấy 那些老師們
các anh 哥哥們	các em 弟弟們	các em ấy 那些弟弟們 họ 他們 chúng nó 他們	các chị 姐姐們	các em 妹妹們	các em ấy 那些妹妹們 họ 她們 chúng nó 她們

第
5
課

2. 越南語的句型：形容詞謂語的句型

越南語的句型＝主語＋形容詞謂語（就是「形容詞當主詞補語」的「謂語」）

（1）肯定句 主語＋形容詞

例 Chị khỏe. 姐姐好。（身體健康）

（2）否定句 主語＋không＋形容詞

例 Chị không khỏe. 姐姐不好。

（3）疑問句 主語＋có＋形容詞＋không?

例 Chị có khỏe không? 姐姐好不好？

（4）回答 基本上，這種句子沒有絕對的肯定或否定，而是選擇適當的形容詞來回答。

從「否定」到「肯定」，方法如下：

主語＋không＋形容詞 → 主語＋không＋形容詞 lắm → 主語＋bình thường → 主語＋hơi＋形容詞 → 主語＋形容詞 → 主語＋rất＋形容詞

3. 疑問詞「thế nào?」（如何、怎麼樣？）

用於詢問主格的性質、狀態。回答時使用一個形容詞。

例 Tiếng Việt thế nào? 越南語如何？

→ Tiếng Việt rất khó. 越南語很難。

4. 問候語

`句型` 主語＋có khỏe không？（主語＋好不好 / 健康嗎？）

`回答` 主語＋khỏe / không khỏe lắm / bình thường / vẫn vậy / khỏe / rất
khỏe（主語 ＋好 / 不太好 / 普通 / 一如以往 / 好 / 很好）。

`例` Chị có khỏe không? 姐姐好嗎？

→ Chị khỏe, cảm ơn em. 姐姐好，謝謝你。

`例` Em có khỏe không? 你好嗎？

→ Cám ơn chị, em vẫn vậy. 謝謝你，我還是老樣子。

在比較熟悉的人之間，可以用「dạo này thế nào?」（最近如何）或者所關心
的某個方面如工作、學業等詞語為主詞。而回答時，則可以選擇自己的現況或運
用上列例句答覆。

（四）Luyện tập 練習

1. **Nghe và điền vào chỗ trống.** 請聽音檔並填空。 MP3 34

   A: Chào Hải.

   B: Chào Mai, dạo này ____?

   A: Cám ơn, mình ____ vậy, còn ____, công việc thế nào?

   B: Mình dạo này ____.

2. **Nghe và chọn đáp án đúng.** 請聽音檔，並選出正確答案。 MP3 35

   (1) Chị có _____ không?
       A. trẻ   B. khỏe   C. phẻ   D. phở

   (2) Dạo này _____ thế nào?
       A. làm việc   B. việc làm   C. công việc   D. công chuyện

   (3) Dạo này tôi hơi _____.
       A. bạn   B. mệt   C. khỏe   D. bận

   (4) Tôi vẫn _____.
       A. bình thường   B. thường tình   C. tình thương   D. thương mình

   (5) Bạn ấy _____ đến Đài Loan.
       A. với   B. mới   C. tới   D. bới

3. Chọn từ thích hợp và điền vào chỗ trống. 請在（　）內選擇適當的詞語填入空格。

(1) Đây _____ anh Nam. (là / không / khỏe)

(2) Anh có khỏe _____? (có / không / mệt)

(3) Xin giới thiệu _____ các bạn, đây là cô Hà. (với / và / có)

(4) Rất vui được gặp _____. (anh / không / giúp đỡ)

(5) Em _____ bình thường. (vẫn / vậy / em)

4. Sắp xếp từ thành câu đúng. 請將下列詞語排列成正確的句子。

(1) thế / nào / dạo / này / bạn

→ _____

(2) khỏe / không / anh / có

→ _____

(3) cám ơn / mệt / chị / hơi

→ _____

(4) tôi / đến / mới / Đài Loan / giúp đỡ / mong / các bạn

→ _____

第
5
課

5. **Chọn từ thích hợp trong kho từ được cung cấp để điền vào chỗ trống.**
   請在所提供的辭庫選擇適當的詞語填入下列空格。

   Tôi là ___(1)___ Việt Nam, tôi học ở Đài Loan ___(2)___ năm rồi. Hoa quả của Đài Loan rất ___(3)___, rất ngọt, tôi rất thích ăn ___(4)___. Tôi cũng ___(5)___ ăn phở bò, bánh mì Việt Nam. Công việc và ___(6)___ của tôi hơi bận nhưng tôi vẫn ___(7)___. Tôi ___(8)___ về Việt Nam ăn ___(9)___ với bố ___(10)___ tôi.

   A. hoa quả   F. năm
   B. học tập   G. ngon
   C. khỏe   H. người
   D. mẹ   I. Tết
   E. muốn   J. thích

6. **Dịch** 翻譯

   (1) Dịch đoạn văn trên sang tiếng Hoa. 請將上列短文翻譯成中文。

      → _____

      _____

      _____

   (2) Dịch sang tiếng Việt. 請翻譯成越南文。

      大家好。我是明。我是越南人。我是新的學生，剛來臺灣。我的工作有點忙，學習很難。請大家多多指教。

      → _____

      _____

      _____

☰ Bổ sung 補充：越南文輸入法

 （一）安裝

‧電腦可以使用內建輸入法或需要輔助軟體：Unikey

‧請在搜尋網站http：//unikey.vn，下載軟體，下載之後再解壓縮，執行安裝。

‧安裝後即可使用，打開後，螢幕工具列右下角會出現「V」字，如果出現的是「E」字，就代表越南文輸入法已經變成英文輸入法。這個軟體有很多種輸入法，但最常被使用的是「TELEX輸入法」，這也是軟體原本設定的輸入法。

　　有些智慧型手機有內鍵越南文輸入法，有的則沒有。如果有內鍵，可以直接設定使用，如果沒有，就要下載App。最常用的App是「Laban Key」或「Vietkey」。輸入法一樣選用「TELEX」。

 （二）TELEX輸入法

TELEX輸入法的按鍵設定	
鍵鈕	聲調的符號
	第一聲，平聲，沒有符號
s	第二聲，銳聲：（／）sắc as = á
r	第三聲，問聲：（？）hỏi ar = ả
f	第四聲，玄聲：（＼）huyền af = à
j	第五聲，重聲：（·）nặng aj = ạ
x	第六聲，跌聲：（～）ngã ax = ã
z	刪除已打的聲調符號　例如：toansz = toan
w	ă / ư / ơ的符號：aw = ă, w / uw = ư, ow = ơ只打w就自動變成ư.
aa	aa = â
dd	dd = đ
ee	ee = ê
oo	oo = ô

 （三）練習

在鍵盤輸入「tieengs Vieetj」= tiếng Việt

在鍵盤輸入「dduowngf」= đường

Bài 6

Anh làm nghề gì?

第 6 課：你做什麼職業？

一 Hội thoại 會話

 （一）**Trên hành lang ngoài lớp học** 在教室外面的走廊 MP3 36

 Lâm : Chào Mai, đây là ai vậy?
霖：梅，妳好，這是誰啊？

 Mai: Chào các bạn, xin giới thiệu với các bạn, đây là cô Hà, cô giáo dạy tiếng Việt.
梅：大家好，跟大家介紹，這是河老師，教越南語的老師。

 Hải: Chào cô, chúng em là Lâm và Hải, chúng em đều là sinh viên.
海：老師好，我們是霖和海，我們都是學生。

 Hà: Các em là người Việt Nam à?
河：你們是越南人嗎？

 Lâm: Không, chúng em không phải là người Việt Nam, chúng em là người Đài Loan.
霖：不，我們不是越南人，我們是臺灣人。

 Hà: Các em nói tiếng Việt giỏi quá!
河：你們越南語講得好棒喔！

 Hải: Cám ơn cô, chúng em mới học một chút ạ!
海：謝謝老師，我們才學一點點。

（二）**Tại văn phòng** 在辦公室 MP3 37

 Minh: Chào giám đốc, tôi là nhân viên mới.
明：經理好，我是新來的職員。

 Giám đốc Phong: Chào anh, anh tên là gì?
豐經理：你好，你叫什麼名字？

 Minh: Tôi tên là Minh.
明：我叫明。

 Giám đốc Phong: Anh là người Việt Nam phải không?
豐經理：你是越南人，是嗎？

 Minh: Dạ vâng, tôi là người Việt Nam, hiện đang học thạc sĩ
tại Đài Loan.
明：是的，我是越南人，目前正在在臺灣讀碩士。

 Giám đốc Phong: Trước đây anh làm nghề gì?
豐經理：你之前做什麼職業？

 Minh: Trước đây tôi làm
kế toán.
明：我之前當過會計。

第 6 課

101

二 Từ mới 生詞 🎧 MP3 38

1. cô giáo 名 （女）老師

2. dạy 動 教

3. đều 副 都

4. giỏi 形 棒、厲害

5. quá 副 太

6. một chút 片語 一點點

7. nhân viên 名 職員、員工

8. phải không 片語 是嗎

9. dạ vâng 片語 是的

10. hiện 副 現在、目前

11. thạc sĩ 名 碩士

12. tại 副 在、在於

13. trước đây 副 之前

14. làm 動 做、當、作、辦

15. nghề 名 職業

16. kế toán 名 會計

三 Ngữ pháp 文法

 （一）越南語的句型：主語＋謂語（là＋名詞）

1. 肯定句：主語＋**là**＋名詞

　　例 Tôi l<u>à</u> sinh viên. 我是學生。

2. 否定句：主語＋**không phải**＋**là**＋名詞

　　例 Tôi <u>không phải</u> l<u>à</u> sinh viên. 我不是學生。

3. 疑問句：主語＋**có phải là**＋名詞＋**không?**
　　主語＋**là**＋名詞＋**phải không?**

　　例 Bạn <u>có phải là</u> Minh <u>không</u>? 你是明嗎？

　　例 Bạn l<u>à</u> Minh <u>phải không</u>? 你是明，是嗎？

4. 疑問句的答句

　　肯定回答 Vâng / Phải / Ừ＋句子（肯定句）

　　否定回答 Không,＋句子（否定句）

　　例 <u>Vâng</u>, tôi là Minh. 是，我是明。

　　例 <u>Không</u>, tôi không phải là Minh. 不，我不是明。

5. 使用疑問詞的疑問句：主語＋**là**＋疑問詞？

　　例 Anh l<u>à</u> ai? 你是誰？

（二）疑問詞

1. ai?（誰？）

用於直接疑問句，可以用於主格或受格，回答時，要用跟人相關的名詞。

例 Anh là ai? 你是誰？

→ Tôi là giáo viên tiếng Việt. 我是越語老師。

2. phải không?（是嗎？）

用於「是否問題」，固定都放在句尾。回答時以自己狀況，選擇用「肯定」或「否定」句子來回答。

例 Anh ăn cơm phải không? 你吃飯，是嗎？

→ Không, tôi không ăn cơm, tôi ăn phở. 不，我不吃飯，我吃河粉。

→ Vâng, tôi ăn cơm. 是，我吃飯。

☆ 在肯定句的回答時，除了可以用「Vâng」，也可以用「Phải」或「Ừ」來回答。「Vâng」是用於禮貌或下對上的對話，「Phải」、「Ừ」則用於朋友、平輩之間或上對下的對話。

 **（三）問職業**

問別人的職業，可運用以下2種句型。

1. 問句：主語＋**làm nghề gì?**
   回答：主語＋**là**＋職業名稱。
   　　　主語＋**làm**＋職業名稱／動詞。

   例 Chị làm nghề gì? 妳做什麼職業？

   → Tôi là thương nhân. 我是商人。

   → Tôi làm buôn bán. 我做買賣。

2. 問句：主語＋**là**＋職業名稱＋**à / phải không?**
   回答：（肯定）**Vâng,** 主語＋**là**＋職業名稱。
   　　　（否定）**Không,** 主語＋**không phải là**＋職業名稱。

   例 Em là sinh viên phải không? 你是學生嗎？

   → Vâng, em là sinh viên. 是，我是學生。

   → Không, em không phải là sinh viên, em là công nhân.
   不，我不是學生，我是工人。

四 Luyện tập 練習

（一）**Hoàn thành hội thoại.** 請完成下列對話。

A: _____

B: Chào anh.

A: _____

B: Tôi tên là Mai.

A: Chị làm nghề gì?

B: _____

A: _____

B: Tôi cũng rất vui được làm quen với anh.

（二）**Trả lời câu hỏi.** 請回答問題。

1. Chị tên là gì?

    → _____

2. Em dạo này thế nào?

    → _____

3. Anh là người Đài Loan à?

    → _____

4. Cô ấy là sinh viên mới phải không?

    → _____

（三）**Nghe và điền vào chỗ trống.** 請聽音檔並填空。 ◎ MP3 39

1. Tôi là _____ Việt Nam

2. Anh ấy không _____ là người Đài Loan

3. Tôi là _____.

4. Chị là _____ phải không?

5. Anh _____ nghề gì?

（四）**Nghe và chọn đáp án đúng.** 請聽音檔，並選確答案。 ◎ MP3 40

1. Chị tôi là _____.
   A. giáo viên   B. sinh viên   C. nhân viên   D. tiếp viên

2. Mẹ tôi là _____.
   A. bác sĩ   B. ca sĩ   C. nhạc sĩ   D. cảnh sát

3. Anh tôi là _____.
   A. luật sư   B. giáo sư   C. kiến trúc sư   D. kĩ sư

4. Tôi vẫn là _____.
   A. học sinh   B. sinh viên
   C. nghiên cứu sinh   D. nhân viên

5. Bố tôi là _____.
   A. nhà văn   B. nhà báo
   C. nhà tạo mẫu   D. nhà thơ

6. Bạn trai tôi là _____.
   A. thợ may   B. thợ điện   C. thợ dệt   D. thợ xây

（五）**Sắp xếp từ thành câu đúng.** 請將下列詞語排列成正確的句子。

1. chị / giáo viên / là / phải / không

   → _____

2. cô ấy / là / không / phải / giáo viên

   → _____

3. chúng em / sinh viên / đều / là

   → _____

4. các bạn / đều / à / sinh viên / là

   → _____

5. họ / không / người / phải / là / Trung Quốc

   → _____

（六）**Chọn từ thích hợp trong kho từ được cung cấp để điền vào chỗ trống.** 請在所提供的辭庫選擇適當的詞語填入下列空格。

   Nhà tôi có năm ___(1)___ . Bố tôi là ___(2)___, bố tôi thích ăn đồ ăn ngon. Mẹ tôi là ___(3)___, mẹ tôi thích ___(4)___ ăn. Chị tôi ___(5)___ là cô giáo. Anh tôi là ___(6)___, ___(7)___ thích học tiếng Việt. Tôi đang là ___(8)___ trường Đại học Đài Loan, tôi cũng ___(9)___ học tiếng Việt. ___(10)___ tôi rất yêu thương nhau.

A. anh ấy   F. nấu
B. bác sĩ   G. nhà
C. cô giáo   H. người
D. cũng   I. sinh viên
E. kĩ sư   J. thích

（七）**Dịch** 翻譯

1. Dịch đoạn văn trên sang tiếng Hoa. 請將上列短文翻譯成中文。

    → _____

    _____

    _____

2. Dịch sang tiếng Việt. 請翻譯成越南文。

    我叫明。我是新來的職員。我之前是會計師。我的弟弟是研究生。我們都
    在臺南工作與學習。請大家多多指教。

    → _____

    _____

五 Bổ sung 補充：
常見職業、職務名稱 🔘 MP3 41

1. bác sỹ 醫生

2. ca sĩ 歌手

3. cảnh sát 警察

4. công chức 公務員

5. công nhân 工人

6. diễn viên 演員

7. giám đốc 經理

8. giáo viên 老師

9. hộ lý 護士

10. học sinh 學生

11. kế toán 會計師

12. kiến trúc sư 建築師

13. kỹ sư 工程師

14. luật sư 律師

15. nghiên cứu sinh 研究生

16. người phục vụ 服務生

17. người bán hàng 銷售員

18. nhà báo 記者

19. nhà tạo mẫu 造型師

20. nhà văn 作家

21. nhạc sĩ 作曲家

22. nhân viên 上班族

23. nội trợ 家庭主婦

24. nông dân 農民

25. ông chủ 老闆

26. sinh viên 大學生

27. thị trưởng 市長

28. thợ dệt 紡織工

29. thợ điện 水電工

30. thợ máy 機械工

31. thợ may 縫紉工

32. thợ mộc 木工

33. thợ xây 土木工、建築工

34. thương nhân 商人

35. tiếp viên hàng không 空服員

36. tổng thống 總統

37. trợ lý 助理

Bài 7

Đây là cái gì?

第 7 課：這是什麼？

Hội thoại 會話

 （一）Tại quán ăn Việt Nam 在越南餐廳  MP3 42

 Lâm: Cô ơi, đây là cái gì?

霖：老師，這是什麼？

 Hà: À, đây là bánh mì kẹp thịt.

河：喔，這是麵包夾肉。

 Lâm: Còn kia, kia là cái gì?

霖：那個呢？那是什麼？

 Hà: Đó là phở bò. Em thích ăn món nào?

河：那是牛肉河粉。你喜歡哪一道呢？

 Lâm: Nhìn ngon quá nhỉ! Em muốn mua hai cái bánh mì và một bát phở bò.

霖：看起來好好吃喔！我想買兩條麵包和一碗河粉。

（二）Trong văn phòng 在辦公室裡   MP3 43

Lâm: Mai ơi, cái này tiếng Việt gọi là gì?

霖：明哥，這個越南語叫做什麼？

Mai: Cái này tiếng Việt gọi là cái máy tính.

梅：這個越南語叫做cái máy tính（電腦）。

Lâm: Thế còn cái này tiếng Việt nói thế nào?

霖：那這個越南語怎麼說？

Mai: Đó là quyển từ điển.

梅：那是quyển từ điển（辭典）。

Lâm: Mình muốn mua một cái máy tính, một quyển từ điển Việt Hoa.

霖：我想買一台電腦，一本越華辭典。

㊁ Từ mới 生詞 (◉) MP3 44

1. đây 代 這

2. đó 代 形 那（指定詞）

3. bánh mì 名 麵包

4. kẹp 動 夾

5. kia 代 形 那

6. món 名 道（菜的單位詞）

7. nào 疑問 哪個

8. nhìn 動 看

9. quá 嘆 太

10. nhỉ 嘆 喔、吧、呢

11. cái 量 個（東西的單位詞）

12. này 形 這

13. gọi 動 叫

14. gọi là 動 叫做

15. máy tính 名 電腦

16. thế 副 那麼

17. quyển 量 本

18. từ điển 名 辭典

數字 (◉) MP3 45

Không 0

Một 1

Hai 2

Ba 3

Bốn 4

Năm 5

Sáu 6

Bảy 7

Tám 8

Chín 9

Mười 10

≡ Ngữ pháp 文法

 （一）指示代名詞

1. **Đây**（這）：代表人、事、物就在說話者的身邊。

   例 Đây là bánh mỳ. 這是麵包。

2. **Kia**（那）：代表人、事、物離說話者有些距離，但是還看得見。

   例 Kia là phở bò. 那是牛肉河粉。

3. **Đó**（那）：代表人、事、物離說話者有些距離，或不在場，但是是已經被說話者和聽話者知道、確定過的某一個人、事、物。

   例 Đó là cái gì? 那是什麼？
   → Đó là quyển từ điển Hoa Việt. 那是華越辭典。

（二）指示形容詞

「指示形容詞」由「指示代名詞」轉化而來，兩者的作用在於指明一定的人或物。在越南語的文法中，「指示代名詞」通常會放在句子前面當主語，而「指示形容詞」則會放在名詞的後面用來指定該名詞。

指示代名詞	→	指示形容詞
đây 這	代表人、事、物就在說話者的身邊。	này
kia 那	代表人、事、物離說話者有些距離，但還可以看得見。	kia / đấy / đó / ấy
đấy / đó 那	代表人、事、物離說話者有些距離或不在場，但是已經被說話者和聽話者知道。	đấy / đó / ấy

例如：

例 Đây là quyển sách. 這是書。（指示代名詞）

例 Quyển sách này là của tôi. 這本書是我的。（指示形容詞）

例 Đây là cái bút. → Cái bút này đẹp.
這是筆。　　　　　　　　　　這支筆漂亮。

例 Kia là chai nước. → Chai nước kia ngon.
那是瓶水。　　　　　　　　　那瓶水好喝。

例 Đó là quyển sách. → Quyển sách đó hay.
那是書。　　　　　　　　　　那本書好看。

（三）單位詞

越南語的「單位詞」也就是中文說的「量詞」，在語言學的學術用語叫做「分類詞」（classifier），是用來區分不同事物的詞語。「分類詞」常用於被計數或被指定的名詞前面，像是和「數詞」或「指示詞」連用的時候。有時候，「單位詞」可以代替它所修飾的名詞，以免重複使用。

例 Tôi có ba cuốn sách. 我有三本書。

例 Cuốn sách này đẹp. 這本書漂亮。

例 Đây là cuốn sách hay. 這是本有趣的書。

上面例句的第一句中，單位詞「cuốn」的用法相當於量詞「本」，其位置通常位在數詞和名詞的中間。而第二句和第三句中，單位詞「cuốn」前面未出現數詞，但是可以發現在單位詞「cuốn」所修飾的名詞前面或後面出現了指定詞「đây」或「này」，此時單位詞「cuốn」的作用是將名詞分類在一個種類，就是同一類的名詞會使用同一個單位詞計算、指定。如果前面已經出現過該名詞，此時單位詞將代替該名詞以免重複。

例 Quyển sách 書本

例 Cái ghế 椅子

例 Con gà 雞

延續前文，當「單位詞」前面未出現「數詞」時，它代表的是單一數量，如果要表示全體，則不需要加「數詞」和「單位詞」。

例 Tôi mua ba quyển sách. 我買三本書。

例 Tôi mua quyển sách này. 我買這本書。

例 Tôi thích đọc sách. 我喜歡看書。

常用的具體物品單位詞：

越南語	中文	用法	例如
bài	首、課、篇	計算言語、文章等的單位詞	một bài hát（一首歌）
bông	朵	計算花、菜等的單位詞	một bông hoa（一朵花）
bữa	餐、頓、天	計算餐點的單位詞	một bữa cơm（一頓飯）
bức	幅	計算掛在牆壁上由紙張作成的藝術品如畫作、海報等的單位詞	một bức tranh（一幅畫）
cái	個、件、支、台、張、條	計算一般的工具、容器、隨身物品等的單位詞，此單位詞也可將形容詞變名詞。	một cái áo（一件衣服） một cái điện thoại（一支手機） một cái xe đạp（一台腳踏車）
cây	棵、條	計算植物、長條形等的物品的單位詞	một cây ngô（一棵玉米） một cây viết（一支筆）
con	隻、頭、尾	計算動物的單位詞	một con gà（一隻雞）
củ	顆、條	計算植物的根莖類的單位詞	một củ khoai tây（一顆馬鈴薯）
cuốn	本、卷	計算書冊的單位詞	một cuốn sách（一本書）
chiếc	支	計算一雙當中的一支、東西等的單位詞	một chiếc dép（一支拖鞋）
đoạn	段	計算長條物分成若干部分的單位詞	một đoạn văn（一段文章）
miếng	塊、口	計算物品其中一部分的單位詞	một miếng thịt（一塊肉）
món	道	計算菜餚的單位詞	một món ăn（一道菜）
ngôi	座、間	計算建築物的單位詞	một ngôi chùa（一座廟）
phần	份	計算定量事物的單位詞	một phần quà（一份禮物）
quả	粒、顆	計算果實、球形類物品等的單位詞	một quả cam（一顆柳橙）
quyển	卷、本	計算書冊的單位詞	một quyển sách（一本書）

suất	份	計算定量事物的單位詞	một suất cơm（一份飯）
tấm	幅、張	計算厚的紙張、木版等的單位詞	một tấm vé（一張票）
tờ	張	計算薄的紙張的單位詞	một tờ giấy（一張紙）
trái	粒、顆	越南南部用語，計算果實、球形類物品的單位詞	một trái sầu riêng（一顆榴槤）

除此之外，還可將做為容器的詞語作為其所裝成的物品作為單位詞。如：một bát phở（一碗河粉）、một chai nước、（一瓶水）、một cốc trà（一杯茶）等。

☆人：通常和人相關的名詞不需要加單位詞，但是在書寫文章或需要註明階級、輩分時就需要單位詞，此時可直接使用「稱呼代名詞」作為單位詞。例如：「anh」（哥哥）、「chị」（姐姐）等。此外，還可以用下列詞彙當人的單位詞：

越南語	中文	用法	例如
con	女性的傢伙	對人藐視、貶抑的用法	một con điên（一個瘋女人）
gã	男性的傢伙	對人藐視、抑的用法	một gã ăn mày（一個乞丐）
mụ	女性的傢伙	對人藐視、貶抑的用法	một mụ ăn mày（一個女乞丐）
người	人	計算人的單位詞	một người diễn viên（一位演員）
tên	名	對人藐視、貶抑的用法	một tên cướp（一個搶劫犯）
thằng	男性的傢伙	對人藐視、貶抑的用法	một thằng trộm（一個小偷）
vị	位	對需要尊敬的人使用的單位詞	một vị giám đốc（一位經理）

指集體、群組的單位詞：

越南語	中文	用法	例如
bó	束、把	計算花、菜的單位詞	một bó hoa（一束花）
bộ	套	計算衣物、書、電影、連續劇的單位詞	một bộ sách（一套書）
chùm	串	計算成串物品或水果的單位詞	một chùm nho（一串葡萄）
đôi	雙、對	計算成雙成對的物或人的單位詞	một đôi tay（一雙手）
đống	堆	計算堆積物、被藐視的人成群結隊的單位詞	một đống cát（一堆砂）
nhóm	組	計算群組一起活動的人的單位詞	một nhóm học sinh（一組學生）
tập；tệp	疊	計算成堆或成疊紙張的單位詞	một tập giấy（一疊紙張）
xâu	串	計算串成一條物品的單位詞	một xâu thịt（一串肉）

 （四）疑問詞

1. 名詞＋nào?（哪一個？）

　　放在名詞的後面，用來詢問對方的選擇，可用於主格及受格。回答時可用一個明確的名詞，或是選用前面所提出的名詞中其中一個。

　例 Chị là người nước nào? 你是哪國人？

　→ Tôi là người Việt Nam. 我是越南人。

　例 Phở bò và bánh mì, em thích ăn món nào?
　　牛肉河粉及麵包，你喜歡吃哪一道？

　→ Em thích ăn phở bò. 我喜歡吃牛肉河粉。

2. 動詞＋**thế nào?**（怎麼……？）

「thế nào」放在動詞後面，用來詢問動作的方式、作法。回答時可用詳細或簡單的做法回答。例如：

例 Cái này tiếng Việt nói <u>thế nào?</u> 這個越南語怎麼說？

→ Cái này tiếng Việt nói là cái bút. 這個越南語說是「cái bút」。

Dục tốc bất đạt

欲速不達

四 Luyện tập 練習

（一）**Nhìn tranh rồi hỏi và trả lời câu hỏi.** 看圖作答。

1. Con này tiếng Việt gọi là con gì?

    → _____

2. Cái này là cái gì?

    → _____

3. Đây là cái gì?

    → _____

4. Cái này tiếng Việt nói thế nào?

    → _____

（二）**Nghe và điền vào chỗ trống.** 請聽音檔並填空。 🔘 MP3 46

1. Hai _____ máy tính.

2. Năm _____ từ điển.

3. Một _____ phở.

4. Ba _____ quần áo.

5. Chín _____ giầy.

6. Bốn _____ chó.

（三）**Nối từ của cột A với cột B cho phù hợp.** 連連看。

1. cái •   • A. cà phê

2. con •   • B. bút bi

3. cuốn •   • C. từ điển

4. tờ •   • D. giấy

5. cốc •   • E. hoa

6. bát •   • F. khoai tây

7. quả •   • G. dưa hấu

8. củ •   • H. nước

9. bông •   • I. canh cá

10. chai •   • J. chó

（四）**Sắp xếp từ thành câu đúng.** 請將下列詞語排列成正確的句子。

1. cái / tiếng Việt / này / là / gọi / gì

   → _____

2. là / đây / gì / cái

   → _____

3. tiếng Việt / cái / máy tính / này / là / gọi

   → _____

4. tôi / hai / mua / phở / bát

   → _____

5. cô ấy / mua / cái / một / máy tính

   → _____

Nghe và chọn đáp án đúng. 請聽音檔，並選正確的答案。 ◎ MP3 47

1. Tôi có _____ cái bút.

   A. một   B. bốn   C. mười một   D. mười bốn

2. Đây là _____ gà.

   A. cây   B. con   C. công   D. cung

3. Tôi muốn mua _____ bát phở.

   A. tám   B. nam   C. năm   D. trăm

4. Cái này tiếng Việt nói _____ ?

   A. là gì   B. thế này   C. thế nào   D. thay nào

5. Bạn ấy ăn hai _____ bánh mì.

   A. cáy   B. con   C. cá   D. cái

（六）**Chọn từ thích hợp trong kho từ được cung cấp để điền vào chỗ trống.** 請在所提供的辭庫選擇適當的詞語填入下列空格。

Tôi là Hà. Tôi là sinh viên. ___(1)___ tôi có ba phòng. Phòng tôi có một (2)___ bàn, một cái ___(3)___, một cái giá sách và rất nhiều ___(4)___. Tôi có hai ___(5)___ chó và ba con ___(6)___. Tôi có một cái ___(7)___ nhưng không ___(8)___ xe máy. Tôi muốn mua một cái ___(9)___ và một ___(10)___ từ điển Việt Hoa.

A. cái   F. mèo
B. có   G. nhà
C. con   H. quyển
D. ghế   I. sách
E. máy tính   J. xe đạp

（七）**Dịch 翻譯**

1. Dịch đoạn văn trên sang tiếng Hoa. 請將上列短文翻譯成中文。

   → _____

   _____

   _____

2. Dịch sang tiếng Việt. 請翻譯成越南文。

   今天我學越南語。「電腦」越南語叫做「máy tính」。我想要買一台電腦
   及一本越華辭典。我有一台摩托車，我沒有汽車。

   → _____

   _____

五 Bổ sung 補充：常用物品＋菜單

 （一）蔬菜 ◎ MP3 48

1. bắp cải 高麗菜	4. cải thảo 白菜	7. măng 竹筍
2. cải bó xôi 菠菜	5. củ cải 白蘿蔔	8. rau muống 空心菜
3. cải ngọt 油菜	6. hành 蔥	9. xu hào 大頭菜

 （二）水果 ◎ MP3 49

1. cam 柳橙	4. dừa 椰子	7. dưa hấu 西瓜
2. chuối 香蕉	5. dứa 鳳梨	8. ổi 芭樂
3. doi 蓮霧	6. dưa chuột 小黃瓜	9. xoài 芒果

 （三）動物 ◎ MP3 50

1. chó 狗	6. lợn 豬	11. ngựa 馬
2. chuột 老鼠	7. mèo 貓	12. rắn 蛇
3. dê 羊	8. khỉ 猴子	13. rồng 龍
4. gà 雞	9. ngan 紅面鴨	14. trâu 水牛
5. hổ 老虎	10. ngỗng 鵝	15. vịt 鴨

 （四）食物 ◎ MP3 51

1. bánh mì 麵包	5. chả 肉丸、魚板	9. nem 春捲
2. bún 米粉	6. đậu phụ 豆腐	10. trứng vịt lộn 鴨仔蛋
3. canh 湯	7. giò 火腿	11. miến 冬粉
4. xôi 米糕	8. mì 麵	12. hủ tiếu 粉條

（五）文具 MP3 52

1. bản đồ 地圖、版圖

2. báo 報紙

3. kéo 剪刀

4. bút 筆

5. bút bi 原子筆

6. bút chì 鉛筆

7. bút lông 毛筆

8. bút xóa 立可帶

9. giấy 紙張

10. hộp bút 筆盒

11. sách 書

12. tẩy 橡皮擦

13. vở 筆記本

14. ghim bấm 釘書機

15. dao 美工刀

 （六）隨身物品 MP3 53

1. chìa khóa 鑰匙

2. dép 拖鞋

3. ô / dù 傘

4. điện thoại 電話、手機

5. đồng hồ 時鐘、手錶

6. giày 鞋子

7. kính 眼鏡

8. ví 皮包

9. túi 袋子

 （七）餐具與容器 MP3 54

1. bát 碗

2. bình 保溫瓶

3. cốc / ly 杯子

4. chai 瓶子

5. chén 小碗、茶杯

6. đĩa 盤子

7. đũa 筷子

8. hộp 盒

9. nồi / xoong 鍋

10. suất / phần 份

11. tô / bát to 碗公

12. thìa / muỗng 湯匙

 （八）家具 MP3 55

1. bàn 桌子

2. bóng điện 電燈

3. chăn 被子

4. ghế 椅子

5. gối 枕頭

6. giường 床

7. máy lạnh 冷氣

8. ô tô 汽車

9. quạt 扇子

10. ti vi 電視機

11. tủ lạnh 冰箱

12. tủ 櫃子

13. xe đạp 腳踏車

14. xe điện 電動

15. xe máy 摩托車

MEMO

Bài 8

Chị có bánh mì không?

第 8 課：姐姐有麵包嗎？

➊ Hội thoại 會話

 （一）Tại hiệu ăn Việt Nam　在越南餐廳　 MP3 56

 Người bán hàng: Chào các em, các em muốn ăn gì?
老闆娘：各位好，各位想吃什麼？

 Minh: Chị có bánh mì không ạ?
明：姐姐有麵包嗎？

 Người bán hàng: Có, các em ăn mấy cái?
老闆娘：有啊，你們要吃幾個？

 Minh: Cho em một cái bánh mì thịt, cay một chút. Lâm có ăn
　　　bánh mì không?
明：給我一個麵包夾肉，辣一點。霖要不要吃麵包？

 Lâm: Không, em không ăn bánh mì, em muốn ăn phở bò.
霖：不，我不吃麵包，我想吃牛肉河粉。

 Người bán hàng: Hôm nay không có phở bò, em ăn phở gà
　　　nhé!
老闆娘：今天沒有牛肉河粉。你吃雞肉河粉吧！

 Lâm: Vậy cũng được. Cho em một bát phở gà không hành.
　　　Cám ơn chị.
霖：也可以，給我一碗雞肉河粉不加蔥。謝謝姐姐。

 Người bán hàng: Các em chờ một chút nhé!
老闆娘：你們等一下喔！

（二）Tại căng tin trường　在學校餐廳

Mai: Chào Minh, cậu cũng ăn ở đây à?

梅：哈囉，明，你也在這裡吃啊？

Minh: Ừ, lần đầu tiên tớ ăn ở đây. Cậu thấy đồ ăn ở đây thế nào?

明：嗯，第一次我在這裡吃。你覺得這裡的菜如何？

Mai: Mình thấy đồ ăn cũng khá ngon, phở gà rất vừa, nhưng cà phê hơi ngọt.

梅：我覺得東西相當好吃，雞肉河粉恰好，但是咖啡有點甜。

Minh: Phở gà ngon thật, tớ muốn ăn bát thứ hai quá!

明：雞肉河粉真的好吃，我好想吃第二碗！

Mai: Ừ, quán này có khá nhiều món ăn Việt Nam, đều rất ngon.

梅：是，這家餐廳有相當多越南菜餚，都很好吃。

Minh: Tớ biết rồi, sau này tớ sẽ đến đây ăn thường xuyên.

明：我知道了，以後我會常來這邊吃。

Mai: Mình ăn xong rồi, mình đi trước nhé!

梅：我吃完了，先走囉！

Minh: Ừ, tớ ăn quá no rồi! Tớ nghỉ một chút mới đi.

明：嗯，我吃超飽了！我休息一下才走。

第 8 課

二 Từ mới 生詞 🔘 MP3 58

1. vậy 助 那麼

2. được 助 動 可以、行

3. cho 動 介 給

4. hành 名 蔥

5. chờ 動 等、待

6. nên 連 所以

7. khá 副 形 相當、不錯

8. lần 名 次

9. đầu tiên 形 第一

10. thấy 動 覺得

11. vừa 副 形 剛好、剛、恰好

12. món ăn 名 菜餚

13. biết 動 知道

14. sau này 連 以後

15. sẽ 副 將會、將要

16. thường xuyên 副 經常

17. trước 副 形 先、前

18. quá 副 太、超過

三 **Ngữ pháp** 文法

（一）疑問詞「có... không?」（有……無？）

用於「是非問句」，「có... không」的中間可以加動詞、名詞或形容詞，而當中間是動詞或形容詞時，前面的「có」有時候可以省略。回答時，可依自己實際的情況選擇用「肯定」或「否定」句子來回答。

疑問句句型：主語＋có＋動詞／形容詞＋không?

否定回答 Có,＋肯定句.

否定回答 Không,＋否定句.

例 Anh <u>có</u> ăn cơm <u>không</u>? 你吃不吃飯？

→ <u>Có</u>, tôi có ăn cơm. 有，我有吃飯。／ <u>Có</u>, tôi ăn cơm. 好，我吃飯。

→ <u>Không</u>, tôi không ăn cơm. 不，我不吃飯。

例 Công việc của cậu <u>có</u> bận <u>không</u>? 你工作忙不忙？

→ Công việc của tớ khá bận. 我工作相當忙。

→ <u>Không</u>, công việc của tớ không bận lắm. 不，我工作不太忙。

第 8 課

（二）點菜句型

Cho＋自己稱謂＋自己需求＋特別要求

例如：<u>Cho</u> tôi một cái bánh mì không rau mùi. 給我一條麵包不要香菜。

特別要求：không（不）；ít（少）；nhiều（多）；thêm（加）；

調味佐料：tỏi（蒜）、hành（蔥）、hạt tiêu（胡椒）、gừng（薑）、muối
　　　　　（鹽）、đường（糖）、mì chính / bột ngọt（味精）、ớt（辣椒）、
　　　　　dấm（醋）、chanh（檸檬）、đá（冰塊）、rau mùi / rau ngò（香
　　　　　菜）、húng quế / rau quế（九層塔）、canh（湯）

 （三）Phó từ chỉ mức độ（程度副詞）

　　「程度副詞」通常放在形容詞或情態動詞的前面，用來修飾形容詞的強弱程度。有些副詞可以放在形容詞的後面，這時除了有副詞的作用，還可以被視為一個感嘆的語氣詞。

1. 當「程度副詞」放在形容詞前面：

không hề（一點也不）→ không（不）→ không ... lắm（不太……）→ hơi（有點）→ khá / tương đối（相當）→ rất（很）→ quá（太、超過）形容詞。

例 Tôi <u>không hề</u> mệt. 我一點也不累。

例 Nó <u>không</u> ngoan. 他不乖。

例 Cà phê <u>không</u> ngọt <u>lắm</u>. 咖啡不太甜。

例 Chị ấy <u>hơi</u> bận. 她有點忙。

例 Công ty tôi <u>khá</u> đông. 我們公司相當多人。

例 Phở bò <u>rất</u> ngon. 牛肉河粉很好吃。

例 Tôi ăn <u>quá</u> no. 我吃超飽。

2. 當「程度副詞」放在形容詞後面：

形容詞＋lắm!（很＋形容詞＋喔！）

形容詞＋quá!（太＋形容詞＋了！）

例 Cái này đắt <u>lắm</u>! 這個很貴喔！

例 Bánh mì ngon <u>quá</u>! 麵包太好吃了！

 （四）序數詞

越南語的序數詞通常要放在名詞後面，用來表示順序，並且要在數字前面加上「thứ」（第），例如：「thứ ba」（第三）、「thứ năm」（第五）。

越南語的基數詞與序數詞的最大不同在於「thứ nhất」（第一）及「thứ tư」（第四），它們和一般數字的「một」（1）及「bốn」（4）的說法不一樣。另外，「第二」有兩種說法，分別是「thứ nhì」或「thứ hai」，「nhì」只用在序數詞，排在第一後面，而「hai」可以是基數也可以是序數。其他數字就沒有什麼差別，只要加上「thứ」（第）在數字前面即可。

例 Ngày <u>thứ nhất</u>, tôi ăn một bát cơm. 第一天，我吃一碗飯。

例 Tôi học đại học <u>bốn</u> năm, năm nay là năm <u>thứ tư</u>.
我大學讀四年，今年是四年級。

此外，想要表達「第一」，除了可以在名詞的後面加上「thứ nhất」（第一）的序數詞，也可以用後面加上「đầu tiên」（首先）的方式。例如：「第一天」可以說成「ngày thứ nhất」，或「ngày đầu tiên」。

例 Lần <u>đầu tiên</u> tôi đến Đài Loan là năm 2002. 我第一次來臺灣是2002年。

而想表達「最後」，就用在順序或方位詞的後面加上「cùng」（最），像是「cuối cùng」（最後）、「sau cùng」（最後）。

例 Đó là lần <u>cuối cùng</u> tôi gặp cô ấy. 那是最後一次我遇見她。

四 Luyện tập 練習

（一）**Trả lời câu hỏi.** 回答問題。

1. Em ăn gì?

   → _____

2. Chị có phở không?

   → _____

3. Phở có ngon không?

   → _____

4. Em ăn bát thứ mấy?

   → _____

（二）**Chọn từ thích hợp và điền vào chỗ trống.** 請選擇適當的詞語填空。

1. Tôi _____ thích ăn bánh mì. (muốn / rất / đẹp)

2. Hôm nay _____ có phở gà không? (chị / có / ăn)

3. Chúng tôi _____ bánh mì và phở gà. (ăn / là / ngon)

4. Phòng tôi có năm _____ (người / bánh mì / ghế)

（三）**Nghe và điền vào chỗ trống.** 請聽音檔並填空。 ⊙ MP3 59

   Tôi _____ là Lâm, tôi là _____ Việt Nam . Hiện tôi đang _____ năm thứ tư _____ Đại học Thành Công. Tôi ở Đài Loan _____ năm rồi. _____, lần đầu tiên tôi đến một quán có bán đồ ăn Việt Nam. Món ăn ở đây _____ nhiều và rất _____. Tôi ăn hai _____ phở gà nên quá no. Tôi _____ thích món ăn ở đây, sau này tôi sẽ đến đây ăn nữa.

（四）**Trả lời câu hỏi theo đoạn văn trên.** 請依照（三）的內容回答問題。

1. Lâm là người nước nào?

    → _____

2. Lâm học năm thứ mấy?

    → _____

3. Món ăn ở đây thế nào?

    → _____

（五）**Sắp xếp từ thành câu đúng.** 請將下列詞語排列成正確的句子。

1. phở/ bò/ ngon/ không/ lắm

    → _____

2. một/ bánh mì/ cho/ em/ cay/ không/ cái

    → _____

3. cà phê/ ngọt/ rất/ hơi/ nhưng/ ngon

    → _____

4. tôi/ bận/ rất/ hôm nay

    → _____

5. phở/ bát/ thứ hai/ muốn/ tôi/ ăn

    → _____

（六）**Chọn từ thích hợp trong kho từ được cung cấp để điền vào chỗ trống.** 請在所提供的辭庫選擇適當的詞語填入下列空格。

Tôi có quen một người bạn ___(1)___, bạn ấy ___(2)___ là Lâm. Bạn ấy rất thích ăn ___(3)___ Việt Nam. ___(4)___ thích ăn phở bò, bún chả Hà Nội, bánh mì, ___(5)___ và cà phê sữa đá. Hôm nay, bạn ấy ăn một bát ___(6)___, một suất bánh xèo và một cốc ___(7)___. Bạn ấy thấy cà phê ___(8)___ ngon nhưng quá nhiều sữa nên ___(9)___ ngọt. Bạn ấy ăn quá ___(10)___.

A. bạn ấy
B. bánh xèo
C. cà phê
D. Đài Loan
E. hơi

F. món ăn
G. no
H. phở bò
I. rất
J. tên

（七）**Dịch** 翻譯

1. Dịch đoạn văn trên sang tiếng Hoa. 請將上列短文翻譯成中文。

    → _____

    _____

    _____

2. Dịch sang tiếng Việt. 請翻譯成越南文。

    我叫明。我是成功大學的研究生。我之前是會計師。我喜歡吃臺灣的水果。臺灣的水果很好吃，很甜。我喜歡吃蓮霧、芒果、鳳梨、芭樂。今天，我買兩顆芒果及一顆鳳梨。芒果有點貴，鳳梨很甜。

    → _____

    _____

五 Bổ sung 補充：常見越南菜餚

 Các món bún 米線類

1. Bún bò Huế 順化牛肉米線

2. Bún chả Hà Nội 燒肉米線

3. Bún chả lá lốt 假蒟葉烤肉米線

4. Bún đậu mắm tôm 什錦米線

5. Bún mắm 醃魚湯米線

6. Bún măng vịt 鴨肉竹筍米線

7. Bún nem 炸春捲涼拌米線

8. Bún riêu 蟹肉番茄米線

9. Bún thịt nướng 烤肉涼拌米線

 Các món hủ tiếu 粉條類

1. Hủ tiếu bò kho 紅燒牛肉粉條

2. Hủ tiếu hải sản 海鮮湯粉條

3. Hủ tiếu thịt heo 越南豬肉河粉

4. Hủ tiếu thập cẩm 什錦湯粉條

5. Hủ tiếu xào bò 牛炒粉條

6. Hủ tiếu xào thập cẩm 什錦炒粉條

7. Hủ tiếu Nam Vang 金邊粉條

Các món mì / phở 麵、河粉類

1. Mì bò kho 紅燒牛肉麵

2. Mì hải sản 海鮮湯麵

3. Mì thập cẩm 什錦湯麵

4. Miến măng vịt 鴨肉竹筍冬粉

5. Miến ngan 鵝肉冬粉

6. Phở bò tái 越南牛肉河粉

7. Phở xào bò 牛炒河粉

8. Phở xào hải sản 海鮮炒河粉

9. Phở gà 雞肉河粉

 Các món cháo 粥類

1. Cháo hải sản 海鮮粥

2. Cháo lòng 豬雜粥

3. Cháo vịt 鴨肉粥

4. Cháo gà 雞肉粥

5. Cháo thịt nạc 瘦肉粥

 Các món xào 小炒類

1. Cá ba sa kho tộ 陶鍋紅燒巴沙魚

2. Cá rô phi kho tộ 陶鍋紅燒吳郭魚

3. Cần xào bò 芹菜炒牛肉

4. Cánh gà chiên nước mắm 魚露煎雞翅

5. Gà xào sả ớt 香茅炒雞肉

6. Hành tây xào bò 洋蔥炒牛肉

7. Lòng xào thập cẩm 熱炒豬三寶

8. Mực xào thập cẩm 什錦炒花枝

9. Nem rán/ chả giò chiên 炸春捲

10. Rau muống xào bò 空心菜炒牛肉

11. Sườn non kho tiêu 陶鍋紅燒肋排

12. Thịt kho tiêu 紅燒豬肉

13. Tôm hấp bia 啤酒蒸蝦

14. Tôm hấp nước dừa 椰汁蒸蝦

15. Tôm hấp 蒸蝦

16. Tôm rang me 酸子蝦

17. Tôm rang 炸蝦

 Các món canh 湯類

1. Canh bò 牛肉湯

2. Canh cải 青菜湯

3. Canh chua cá 魚酸辣湯

4. Canh gan heo 豬肝湯

5. Canh khổ qua 苦瓜湯

6. Canh tim heo 豬心湯

7. Canh ngao 蛤蠣湯

8. Canh hàu 蚵仔湯

Các món gỏi 涼拌類

1. Gỏi bò tái 牛肉涼拌

2. Gỏi cuốn 生春捲

3. Gỏi đu đủ 木瓜絲涼拌

4. Gỏi hải sản 什錦海鮮涼拌

5. Gỏi gà 雞肉涼拌

 ## Thức uống 飲料

1. Cà phê đen 越南黑咖啡（冰，熱）

2. Cà phê sữa đá 越南煉乳咖啡（冰，熱）

3. Chanh đá 檸檬汁（冰）

4. Chanh muối 鹹檸檬汁（冰）

5. Bia Hà Nội 河內啤酒

6. Bia 333 333啤酒

 ## Các món bánh 小吃類

1. Bánh khọt 越南小煎餅

2. Bánh mì sốt vang 紅酒燉牛肉麵包

3. Bánh mì thịt 越式麵包

4. Bánh mì trứng 夾蛋麵包

5. Bánh xèo 越南煎餅

6. Bánh bột lọc 越式水晶餃

Quyển này bao nhiêu tiền?

第 9 課：這本書多少錢？

Hội thoại 會話

 （一）Tại hiệu ăn 在越南餐廳 🎧 MP3 60

 Minh: Chị ơi, tính tiền!
明：老闆娘，買單！

 Người bán hàng: Hai em ăn gì nhỉ?
老闆娘：兩位吃什麼呢？

 Minh: Một cái bánh mỳ trứng, một đĩa phở xào và hai cốc cà phê.
明：一條麵包夾蛋，一盤炒河粉及兩杯咖啡。

 Người bán hàng: Tất cả là hai trăm năm mươi tệ.
老闆娘：一共兩百五十元。

 Minh: Gửi chị ba trăm tệ.
明：給妳三百元。

 Người bán hàng: Trả lại em năm mươi tệ, cám ơn các em.
老闆娘：找你五十元，謝謝你們。

 Minh, Lâm: Bọn em đi đây, chào chị.
明、霖：我們走了，再見。

（二）**Tại hiệu sách** 在書店 MP3 61

 Minh: Chị ơi, quyển từ điển Việt Hoa này bao nhiêu tiền?

明：小姐，這本越華辭典多少錢？

 Người bán hàng: Quyển này 450 tệ.

售貨員：這本450元。

 Minh: Thế còn quyển từ điển Hoa Việt kia?

明：那那本華越辭典呢？

 Người bán hàng: Quyển đó cũng 450 tệ.

售貨員：那本也450元。

 Minh: Sinh viên có giảm giá không ạ?

明：學生有打折嗎？

 Người bán hàng: Em mua mấy quyển?

售貨員：你要買幾本？

 Minh: Em mua hai quyển từ điển này.

明：我買這兩本辭典。

 Người bán hàng: Mua hai quyển thì chỉ bớt 10% thôi. Tất cả là 810 tệ

售貨員：買兩本只打9折而已。一共是810元。

 Minh: Gửi chị 810 tệ.

明：給妳810元。

 Người bán hàng: Cám ơn các em.

售貨員：謝謝你們。

 Minh: Cám ơn chị, chào chị bọn em đi ạ.

明：謝謝妳，我們走囉，再見。

二 Từ mới 生詞 🔘 MP3 62

1. tính 動 算

2. tiền 名 錢

3. ăn 動 吃

4. trứng 名 蛋

5. đĩa 名 盤

6. xào 動 炒

7. cốc 名 杯

8. cà phê 名 咖啡

9. tất cả 副 全部

10. gửi 動 給、寄

11. trả lại 動 找、還

12. bao nhiêu 疑問 多少

13. mấy 疑問 幾

14. giảm giá 動 減價、打折

15. bớt 動 減、少

16. chỉ... thôi 片語 只……而已

17. phần trăm 名 百分比（%）

18. hiệu sách 名 書店

19. này 指示形容詞 這

三 Ngữ pháp 文法

 （一）數字（十位、百位、千位數字）

1. 十位數＝數字＋（十）＋數字

Mười một 11	Hai mươi 20
Mười hai 12	Hai (mươi) mốt 21
Mười ba 13	...
Mười bốn 14	Hai (mươi) tư / bốn 24
Mười lăm 15	Hai (mươi) lăm / nhăm 25
Mười sáu 16	...
Mười bảy 17	Ba mươi 30
Mười tám 18	
Mười chín 19	

2. 百位數：數字＋百

Một trăm 100

Một trăm linh / lẻ một 101

3. 千位數以上：數字＋千

Một nghìn / ngàn 1,000

Một nghìn không trăm linh một 1,001

Mười nghìn / ngàn 10,000

Một trăm nghìn / ngàn 100,000

4. 六位數

Một triệu 1,000,000

5. 九位數

Một tỉ 1,000,000,000

6. 十位數後的數字唸法的不規則變化

một → mốt：在21～91的「1」，要用「mốt」而非「một」。
　　　例如：「21」要說「hai mốt」。

năm → lăm：在15～95的「5」，要用「lăm」而非「năm」。
　　　例如：「35」要說「ba lăm」。

mười → mươi：在20～90的十位數，要用「mươi」而非「mười」。
　　　例如：「50」要說「năm mươi」。

bốn → tư / bốn：在24～94的「4」可以用「tư」或「bốn」。
　　　例如： 44可以用「bốn bốn」或「bốn tư」。

 **（二）疑問詞**

1. bao nhiêu…?（多少……？）

常用來詢問大於10或不確定的數字，數字會是「數量」，也會是「號碼」。回答時使用數字回答即可。當「bao nhiêu」放在名詞的前面，代表詢問「數量」。

例 Q: Anh <u>bao nhiêu</u> tuổi? 你幾歲？

A: Tôi <u>22</u> tuổi. 我22歲。

當「bao nhiêu」放在名詞的後面，代表詢問「號碼」或「代碼」。

例 Q: Anh sinh năm <u>bao nhiêu</u>? 你哪年出生？

A: Tôi sinh năm <u>1993</u>. 我1993年出生。

2. mấy?（幾？）

用來詢問小於10的數字，數字可以是「數量」，也可以是「號碼」。回答時使用數字回答即可。當「mấy」放在名詞的前面，代表詢問「數量」。

例 Q: Anh có <u>mấy</u> cái bút? 你有幾支筆？

A: Tôi có <u>3</u> cái bút. 我有3支筆。

當「mấy」放在名詞的後面代表詢問「號碼」或「代碼」。

例 Q: Xin hỏi, văn phòng ở tầng <u>mấy</u>? 請問，辦公室在幾樓？

A: Tầng <u>3</u>. 3樓。

第9課

四 Luyện tập 練習

（一）**Viết các số sau thành chữ.** 請將下列數字改寫成文字。

1. 123

   → _____

2. 2,345

   → _____

3. 45,678

   → _____

4. 678,901

   → _____

5. 3,456,780

   → _____

6. 1,234,567,890

   → _____

（二）**Tìm câu hỏi cho các câu trả lời sau.** 請寫出下列回答的問句。

1. _____

   → Năm nay tôi ba mươi tuổi.

2. _____

   → Anh ấy có hai quyển từ điển.

3. _____

   → Lớp tôi có ba sinh viên Việt Nam.

4. _____

   → Cái này một trăm ngàn.

5. _____

   → Cái kia hai ngàn đô-la.

（三）**Viết lại các số đã nghe được.** 請寫下你所聽到的數字。 MP3 63

   1. _____

   2. _____

   3. _____

   4. _____

   5. _____

   6. _____

（四）**Đọc các số sau.** 請將下列數字唸出來。

   1. 104 → _____

   2. 555 → _____

   3. 9,730 → _____

   4. 15,040 → _____

   5. 285,907 → _____

   6. 19,876,543 → _____

      _____

（五）**Nghe và chọn đáp án đúng.** 請聽音檔，並選正確答案。

1. Tôi có _____ cái bút.

   A. một   B. bốn   C. mười một   D. mười bốn

2. Nó ăn bát phở _____ rồi

   A. thứ ba   B. thứ hai   C. hai   D. mai

3. Tôi muốn mua _____ quyển sách.

   A. mười tám   B. mười lăm   C. mười năm   D. một trăm

4. Cái này _____ ?

   A. bao nhiêu tuổi   B. ba mươi tuổi

   C. bao nhiêu tiền   D. ba mươi nghìn

5. Bạn ấy mua _____ cái bánh mì?

   A. mây   B. mấy   C. bây   D. bấy

（六）**Chọn từ thích hợp trong kho từ được cung cấp để điền vào chỗ trống.** 請在所提供的辭庫選擇適當的詞語填入下列空格。

   Tôi là Mai, tôi là người Việt Nam. Tôi là sinh viên năm ___(1)___ trường đại học Thành Công. Tôi ở Đài Nam ___(2)___ năm rồi. Trường chúng tôi có gần ___(3)___ sinh viên Việt Nam. Gần trường có nhiều ___(4)___ Việt Nam. Hôm qua, tôi ăn ___(5)___ bát phở gà và uống một ___(6)___ trà sữa trân châu. Phở gà ___(7)___ ngon, tôi muốn ăn ___(8)___ thứ hai nhưng no ___(9)___ nên không ăn. Đồ ăn ở quán này ___(10)___ nhiều và không quá đắt.

   A. bát   F. một
   B. bốn   G. quá
   C. cốc   H. quán ăn
   D. hai trăm   I. rất
   E. khá   J. thứ tư

（七）**Dịch** 翻譯

1. Dịch đoạn văn trên sang tiếng Hoa. 請將上列短文翻譯成中文。

   → _____

   _____

   _____

2. Dịch sang tiếng Việt. 請翻譯成越南文。

   大家好，我是明。我是越南人，剛到臺灣。我是成功大學的研究生。我的學習不難但是相當忙碌。我也在學中文。我有一個臺灣的朋友在學越南語。昨天我和朋友去買辭典。他買一本越華辭典，我買一本華越辭典。一共是810元。

   → _____

   _____

   _____

   _____

五 Bổ sung 補充：
數學用詞與口語整數數字

 數學用詞

cộng ＋ 加

trừ - 減

nhân * 乘

chia / 除

bằng ＝ 等於

phẩy , 逗號

phần trăm % 百分比

mười phần trăm 10%

một phần hai 1/2

 口語的整數

một chục 10

hai chục 20 ~ chín chục 90

trăm mốt 110

trăm hai 120

trăm tư 140

trăm rưỡi 150

nghìn mốt 1100

nghìn rưỡi 1,500

triệu rưỡi 1,500,000

以此類推

Bài 10

Cậu mua từ điển ở đâu?

第 10 課：你在哪裡買辭典？

一 Hội thoại 會話

（一）Tại ký túc 在宿舍 MP3 65

Hải: Lâm ơi, cậu vừa đi đâu về vậy?

海：霖啊，你剛去哪裡回來啊？

Lâm: Tớ vừa mới đi mua từ điển về.

霖：我剛去買辭典回來。

Hải: Quyển từ điển này là của cậu à?

海：這本辭典是你的嗎？

Lâm: Ừ, của tớ, tớ vừa mới mua.

霖：是的，我的，我剛買的。

Hải: Nó có bao nhiêu trang?

海：它有幾頁啊？

Lâm: Tớ không rõ lắm, khoảng hơn 1000 trang.

霖：我不太清楚，大約1000多頁吧。

Hải: Cậu mua nó ở đâu vậy?

海：你在哪裡買的啊？

Lâm: Tớ mua ở hiệu sách gần
trường Thành Công.

霖：我在成功大學附近的書店買的。

Hà: Ơ, Mạnh phải không? Lâu rồi không gặp, dạo này cậu
    gầy đi à?

河：是孟嗎？好久不見，你最近變瘦了嗎？

Mạnh: Hà phải không? Lâu rồi không gặp, dạo này cậu đẹp
    ra nhiều thế!

孟：是河嗎？好久不見，最近妳變漂亮多啦！

Hà: Đâu có, tớ vẫn vậy, bây giờ cậu sống ở đâu?

河：哪有，我還一樣，你現在住哪？

Mạnh: Tớ sống ở thành phố Đài Nam. Cậu đi đâu vậy?

孟：我住在臺南市。妳去哪裡啊？

Hà: Tớ đến bệnh viện thăm bạn. Còn cậu?

河：我來醫院探望朋友。你呢？

Mạnh: Tớ đi làm, tớ vừa mới chuyển công tác về bệnh viện
    này.

孟：我來上班，我剛換工作回來這間醫院。

Hà: Tớ đi trước nhé, lúc nào rảnh thì cùng đi uống cà phê
    nhé!

河：我先走囉，改天有空一起去喝咖啡吧！

Mạnh: Ok, bye!

孟：Ok, bye!

二 Từ mới 生詞 🎧 MP3 67

1. của 連 的

2. ai 代 誰

3. vậy 嘆 啊

4. vừa mới 副 剛才、剛剛

5. ở 介 動 在

6. đâu 疑 哪裡

7. trang 名 頁

8. rõ 形 清楚

9. khoảng 副 大約

10. hơn 副 多、超過

11. gần 副 附近、將近

12. trường 名 學校

13. Thành Công 名 成功

14. lâu rồi không gặp 片語 好久不見

15. gầy 形 瘦

16. bệnh viện 名 醫院

17. đến 動 到

18. thăm 動 探望

19. sống 動 住

20. thành phố 名 城市

21. chuyển 動 轉、搬家

22. công tác 動 工作

23. trước 副 先、前

24. rảnh 形 閒、有空

三 **Ngữ pháp** 文法

 （一）疑問詞

1. đâu?（哪裡？）

用於詢問某個地點，通常放在「趨向動詞」的後面，回答時可以使用「地點的名詞」或「一個動詞」。

> 例 Anh đi <u>đâu</u>? 你去哪裡？
>
> → Tôi đi <u>Việt Nam</u>. 我去越南。
>
> → Tôi đi <u>học tiếng Việt</u>. 我去學越語。

2. ở đâu?（在哪裡？）

用於詢問個地點，通常放在「一般動詞」的後面，表示動作發生的所在。

> 例 Anh học tiếng Việt <u>ở đâu</u>? 你在哪裡學越語？
>
> → Tôi học tiếng Việt ở <u>Đài Loan</u>. 我在臺灣學越語。

 （二）越南語句型：動詞句＝主語＋謂語（以動詞當作謂語）

所謂的「動詞句」是以動詞當作謂語的句子，而此動詞是用來形容或表示各類動作的詞彙。動詞可分為「一般動詞」和「特殊動詞」，而一般動詞又分為「及物動詞」與「不及物動詞」；除了一般動詞，還有「趨向動詞」、「特殊動詞」和「助動詞」等。

1. 不及物動詞：是指主語的自我狀態或活動。

> 肯定句 主語＋謂語（不及物動詞）。
>
> > 例 Em bé <u>ngủ</u>. 小朋友睡覺。
>
> 否定句 主語＋không＋謂語（不及物動詞）。
>
> > 例 Em bé không <u>ngủ</u>. 小朋友不睡覺。
>
> 疑問句 主語＋có＋動詞＋không?
>
> > 例 Em bé có <u>ngủ</u> không? 小朋友有睡覺嗎？

2. 及物動詞：是指主語針對一個客體的動作。

> 肯定句 主語＋謂語（及物動詞＋受詞）。
>
> > 例 Chúng tôi <u>học</u> tiếng Việt. 我們學越語。
>
> 否定句 主語＋không＋謂語（及物動詞＋受詞）。
>
> > 例 Chúng tôi không <u>học</u> tiếng Việt. 我們不學越語。
>
> 是非問句 主語＋có＋動詞＋không?
>
> > 例 Các bạn có <u>học</u> tiếng Việt không? 你們有學越語嗎？
>
> 有疑問詞的疑問句 主語＋動詞＋疑問詞？
>
> > 例 Các bạn <u>ăn</u> gì? 你們吃什麼？

3. 趨向動詞：趨向動詞表示動作的趨向，可作謂語，如果後面要加「補語」，通常需要加「方位詞」或「介詞」，最後加上「地點名詞」。

肯定句 主語＋謂語（趨向動詞＋地點名詞）。

例 Tôi đi bệnh viện. 我去醫院。

否定句 主語＋không＋謂語（趨向動詞＋地點名詞）。

例 Tôi không đi bệnh viện. 我不去醫院。

疑問句 主語＋có＋動詞＋không?

例 Anh có đi bệnh viện không? 你去醫院嗎？

☆常見的趨向動詞

・đi（去）	・tới（到、來）	・vào（進）
・về（回）	・lên（上）	・sang（跨越）
・lại（回、來）	・xuống（下）	・qua（過、經過）
・đến（到、來）	・ra（出）	

　　這些趨向動詞，除了本身可以作為不及物動詞，也可以放在其他的活動動詞後面，作為方向的介詞或副詞，還可以放在情態動詞或形容詞的後面表示主語的狀態、性質的變化（正面或負面）。

（1）動詞＋趨向動詞

a 動詞＋đi!＝動詞＋吧！

例 Anh nói đi! 你說吧！

b 動詞＋về＋名詞＝動詞＋關於＋名詞

例 Chúng tôi nói về lịch sử Việt Nam. 我們說關於越南歷史。

c 動詞＋lại＝再＋動詞（重複東西）

例 Em hãy làm lại bài này. 請你再做這一題。

d lại＋動詞＝又＋動詞（重複動作）

例 Ông ấy lại nói rồi. 他又說了。

（2）形容詞＋趨向動詞

表示消極的變化（變少、變負面）時，要用「đi」（去）、「lại」（回、來）、「xuống」（下）；表示積極的變化（變多、變正面）時，要用「lên」（上）、「ra」（出）。

例 Dạo này chị ấy béo ra. 她最近變胖。

例 Bệnh tình của anh ấy ngày càng xấu đi. 他的病情日益惡化。

例 Tập thể dục làm cho thân hình gọn lại. 運動使身體變瘦而結實。

例 Con trai tôi năm nay cao lên nhiều. 我兒子今年變高很多。

 （三）連接詞「của」（的）

「của」是連接詞，用來連接兩個名詞，或連接名詞與代名詞，並帶有所有權的關係。

例 Quyển sách của cô giáo 老師的書

例 Mẹ của tôi 我的媽媽

當「名詞與名詞」或「名詞與代名詞」之間有親密的關係，或所有名詞是包含、屬於被所有名詞的一部分時，「của」可以不用出現。

例 Mẹ tôi 我媽媽

例 Anh ấy là giám đốc công ty tôi. 他是我公司的經理。

四 Luyện tập 練習

（一）**Trả lời câu hỏi.** 回答問題。

1. Quyển sách này là của ai?

→ _____

2. Chị mua nó ở đâu vậy?

→ _____

3. Chị đi đâu vậy?

→ _____

4. Anh làm việc ở đâu?

→ _____

（二）**Sắp xếp từ thành câu đúng.** 請將下列詞語排列成正確的句子。

1. tôi / làm việc / Đài Nam / ở

→ _____

2. đi / đâu / anh / vậy

→ _____

3. đâu / chị / làm việc / ở

→ _____

4. quyển / của / sách / ai / này / là

→ _____

5. chị ấy / ở / siêu thị / đi / bánh mì / mua

→ _____

（三）**Nghe và chọn đáp án đúng.** 請聽音檔，並選正確答案。 〇 MP3 68

1. Tôi đi _____ mua đồ ăn.

   A. siêu thị   B. chợ   C. hiệu sách   D. bưu điện

2. _____ gần trường bán rất nhiều đồ ăn Việt Nam.

   A. quán phở   B. quán ăn   C. quán cà phê   D. quán trà sữa

3. Tôi học tiếng Việt ở _____ .

   A. trường tiểu học   B. trường trung học

   C. trường đại học   D. nhà

4. Tôi muốn đi _____ làm việc.

   A. miền Nam   B. Điền Tam   C. Việt Nam   D. Việt Lam

5. Bạn ấy mua bánh mì _____ ?

   A. ở lâu   B. đi đâu   C. đâu   D. ở đâu

（四）**Chọn từ thích hợp trong kho từ được cung cấp để điền vào chỗ trống.** 請在所提供的辭庫選擇適當的詞語填入下列空格。

Tôi sống ở ___(1)___ của trường. Gần trường tôi có rất nhiều ___(2)___ và quán ăn. Tôi thường đến một ___(3)___ Việt Nam ăn cơm. Ngoài thời gian học ở ___(4)___, tôi thích đến ___(5)___ đọc sách và tìm tài liệu. Tôi cũng thường đi ___(6)___ gửi thư hoặc gửi tiền về ___(7)___. Ngày nghỉ, tôi thích đi ___(8)___ mua đồ hoặc đi quán ___(9)___ uống cà phê. Buổi tối, tôi đi tập thể dục ở ___(10)___.

A. bưu điện   G. quán ăn

B. cà phê   H. sân vận động

D. cửa hàng   I. siêu thị

E. kí túc xá   J. thư viện

F. nhà   K. trường

（五）**Dịch** 翻譯

1. Dịch đoạn văn trên sang tiếng Hoa. 請將上列短文翻譯成中文。

    → _____

    _____

    _____

2. Dịch sang tiếng Việt. 請翻譯成越南文。

    　　今天我到醫院探望朋友，在醫院我遇到孟，他剛轉工作回來這家醫院。他現在住在臺南，在醫院工作。我們很久沒見面，但是今天他很忙。我們約改天有空，一起去喝咖啡。他最近變瘦，變帥了。我還是一樣，但是他說我變漂亮了。

    → _____

    _____

    _____

五 Bổ sung 補充：地點（公共場所）

 （一）公共場所 MP3 69

1. bãi đỗ xe 停車場	11. cửa hàng 商店	21. nhà vệ sinh 廁所
2. bến xe 車站	12. chợ 市場	22. quán ăn 餐館
3. bệnh viện 醫院	13. đồn cảnh sát 派出所	23. rạp chiếu phim 電影院
4. bưu điện 郵局	14. ga tàu 火車站	24. sân bay 機場
5. cảng 港	15. kí túc xá 宿舍	25. sân vận động 運動場
6. cầu 橋	16. khách sạn 飯店	26. siêu thị 超市
7. công ty 公司	17. lớp học 教室	27. tòa soạn 報社
8. công viên 公園	18. ngân hàng 銀行	28. thư viện 圖書館
9. công xưởng 工廠	19. nhà 家	29. trường học 學校
10. cơ quan 機構	20. nhà nghỉ 旅館	30. quán cà phê 咖啡廳

 （二）臺灣地名的越南文說法 MP3 70

臺北 - Đài Bắc	臺中 - Đài Trung	臺東 - Đài Đông
新北 - Tân Bắc	南投 - Nam Đầu	花蓮 - Hoa Liên
基隆 - Cơ Long	雲林 - Vân Lâm	宜蘭 - Nghi Lan
新竹 - Tân Trúc	嘉義 - Gia Nghĩa	澎湖 - Bành Hồ
桃園 - Đào Viên	臺南 - Đài Nam	馬祖 - Mã Tổ
苗栗 - Miêu Lật	高雄 - Cao Hùng	金門 - Kim Môn
彰化 - Chương Hóa	屏東 - Bình Đông	

（三）越南行政單位（5個直轄市及58省）

1.越南直轄市 MP3 71

Thành phố Hà Nội 河內

Thành phố Hồ Chí Minh 胡志明市

Thành phố Hải Phòng 海防

Thành phố Đà Nẵng 峴港、陀瀼

Thành phố Cần Thơ 芹苴

2.越南58省 MP3 72

An Giang 安江

Bà Rịa - Vũng Tàu 巴地－頭頓

Bạc Liêu 薄寮

Bắc Giang 北江

Bắc Kạn 北干

Bắc Ninh 北寧

Bến Tre 檳椥

Bình Dương 平陽

Bình Định 平定

Bình Phước 平福

Bình Thuận 平順

Cao Bằng 高平

Cà Mau 金甌

Đăk Lăk 得勒

Đăk Nông 得農

Điện Biên 奠邊

Đồng Nai 同奈

Đồng Tháp 同塔

Gia Lai 嘉來

Hà Giang 河江

Hà Nam 河南

Hà Tĩnh 河靜

Hải Dương 海陽

Hậu Giang 後江

Hòa Bình 和平

Hưng Yên 興安

Kiên Giang 堅江

Kon Tum 坤冬

Khánh Hòa 慶和

Lai Châu 來州

Lạng Sơn 涼山

Lào Cai 寮蓋

Lâm Đồng 林同

Long An 龍安

Nam Định 南定

Ninh Bình 寧平

Ninh Thuận 寧順

Nghệ An 藝安

Phú Thọ 福壽

Phú Yên 福安

Quảng Bình 廣平

Quảng Nam 廣南

Quảng Ninh 廣寧

Quảng Ngãi 廣義

Quảng Trị 廣治

Sóc Trăng 朔莊

Sơn La 山羅

Tây Ninh 西寧

Tiền Giang 前江

Tuyên Quang 宣光

Thái Bình 太平

Thái Nguyên 太原

Thanh Hóa 清化

Thừa Thiên-Huế 承天－順化

Trà Vinh 茶榮

Vĩnh Long 永隆

Vĩnh Phúc 永福

Yên Bái 安沛

Bài 11

Bàn làm việc của cậu ở đâu?

第 11 課：你的辦公桌在哪裡？

Hội thoại 會話

（一）**Trong lớp, giờ giải lao** 教室裡，下課時間

 Hải: Nhà cô có mấy anh chị em?

海：老師家有幾個兄弟姊妹？

 Hà: Nhà cô có ba chị em.

河：我家有三姊妹。

 Hải: Đây là em gái của cô à?

海：這是老師的妹妹嗎？

 Hà: Ừ, em gái cô đứng trước cô đó!

河：是的，我妹妹站在我前面啊！

 Hải: Vậy người ngồi bên cạnh cô, phía sau em gái cô là ai?

海：那坐在老師的旁邊，你妹妹的後面是誰啊？

 Hà: Đó là chị gái cô. Ngồi bên cạnh chị gái, ngoài cùng bên trái là mẹ cô, phía trước bà là con trai cô.

河：那是我姐姐。坐在左邊最外面、我姐姐的旁邊是我媽媽，在她的前面是我兒子。

 Hải: Mẹ cô còn trẻ quá!

海：老師的媽媽好年輕哦！

（二）Tại phòng làm việc 在辦公室

Minh: Giới thiệu với cậu, đây là phòng làm việc của tớ.

明：跟你介紹，這是我的辦公室。

Mai: Phòng rộng và sáng quá nhỉ! Bàn làm việc của cậu ở đâu?

梅：房間好大又好亮喔！你的辦公桌在哪裡？

Minh: Bàn làm việc của giám đốc ở giữa phòng, bên trái, gần cửa là bàn của trợ lý. Bàn của tớ ở trong cùng.

明：經理的辦公桌在房間中間，左邊接近門口是助理的桌子。我的桌子在最裡面。

Mai: Xin lỗi, nhà vệ sinh ở đâu nhỉ?

梅：抱歉，洗手間在哪裡啊？

Minh: À, nhà vệ sinh ở bên ngoài, cậu đi dọc đến cuối hành lang, bên trái là nhà vệ sinh nữ, bên phải là nhà vệ sinh nam.

明：哦，廁所在外面，你沿著走廊直走到底。左邊是女廁，右邊是男廁。

Mai: Cám ơn cậu, chờ tớ đi vệ sinh một chút.

梅：謝謝你，等我去洗手間一下。

第 11 課

二 Từ mới 生詞 🔘 MP3 74

1. em gái 名 妹妹

2. ngồi 動 坐

3. ảnh 名 照片

4. giữa 副 中間

5. bên cạnh 副 旁邊

6. bên trái 副 左邊

7. chị gái 名 姐姐

8. con trai 名 兒子

9. phía sau 副 後面

10. phía trước 副 前面

11. ngoài 副 外面

12. cùng 副 最（加在方位詞後面）

13. trong 副 裡面

14. phòng 名 房間

15. rộng 形 寬、大

16. sáng 形 亮

17. bàn 名 桌子

18. gần 副 接近、將近

19. cửa 名 門口

20. nhà vệ sinh 名 廁所

21. bên ngoài 副 外面

22. dọc 形 直的、縱線

23. đi dọc 動 沿著

24. đến 動 到

25. cuối 副 最後

26. hành lang 名 走廊

27. nữ 形 女的

28. nam 形 男的

29. rộng 形 寬、大

三 Ngữ pháp 文法

 （一）詢問家庭成員

1. 詢問對方家裡有多少人

句型 Nhà＋主語＋có mấy người?（問家中有幾個人）

回答 Nhà＋主語＋có＋數字＋người（有……個人）

例 Nhà chị có mấy người? 你家有幾個人？

→ Nhà tôi có năm người. 我家有五個人。

2. 詢問對方的兄弟姊妹

句型 主語＋có mấy anh chị em?（問對方的兄弟姊妹）

回答 主語＋có＋數字＋anh em / chị em / anh chị em.（第一個是哥哥 / 第一個是姐姐 / 上面有哥哥和姐姐）

注意：如果主語前面有加「Nhà」，就代表有包含主語在內的全部成員，如果沒有「Nhà」，就代表主語本身擁有的兄弟姊妹數量。

例 Nhà em có mấy anh chị em? 你家有幾個兄弟姊妹？

→ Nhà em có ba chị em. 我家有三姊妹。

例 Em có mấy anh chị em? 你有幾個兄弟姊妹？

→ Em có một chị gái, một em gái. 我有一個姐姐、一個妹妹。

3.詢問對方的小孩

句型 主語＋có mấy con?（問對方的孩子）

回答 主語＋có＋數字＋con.（回答自己有幾個孩子）

例 Chị <u>có mấy con</u>? 妳有幾個孩子？

→ Tôi <u>có hai con</u>. 我有兩個孩子。

 （二）方位詞

　　方位詞是名詞的一種，用來表示方向或位置。越南語的方位詞類似英文的介詞，可以加在名詞前面或後面，還可加上指定形容詞用來表示空間或時間的方位和順序。常見方位詞如下：

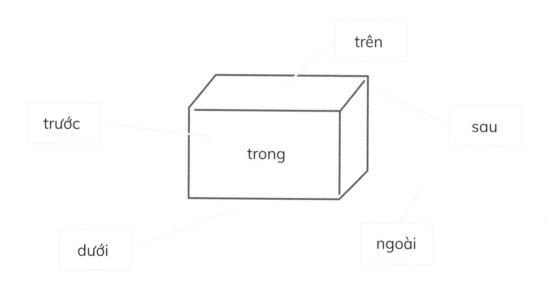

複合方位詞

bên cạnh 旁邊

bên phải 右邊

bên trái 左邊

bên kia 那邊（在場，比較遠的地方）

\# bên đó 那邊（已被確定或前面提到過的地方）

bên này 這邊

ở kia 在那裡（在場，比較遠的地方）

\# ở đó 在那裡（已被確定或前面提到過的地方）

ở đây 在這裡

phía trước 前面

phía sau 後面

phía trong 裡面

phía ngoài 外面

đối diện 對面

xung quanh 周圍

giữa 中間、之間

phía Đông 東邊

phía Tây 西邊

phía Nam 南邊

phía Bắc 北邊

 （三）問地點、位置

句型 主語＋謂語（動詞）＋ở đâu?

回答 主語＋謂語（動詞）＋ở＋方位詞＋座標詞

例 Quyển sách của tôi ở đâu? 我的書在哪裡？

→ Quyển sách của chị ở trên bàn. 你的書在桌上。

例 Các bạn học tiếng Việt ở đâu? 你們在哪裡學越南語？

→ Chúng tôi học tiếng Việt trong trường Đại học Thành Công.
我們在成功大學學越南語。

（四）介詞「ở / tại」（在）

「ở / tại」介詞指地點，通常放在「地點名詞」前面，用來表示主語的所在。
有時候，「ở」就是動詞的功能。

例 Tôi học ở / tại trường đại học Thành Công. 我在成功大學讀書。

例 Anh ở đâu? 你在哪裡？

→ Tôi ở Đài Nam. 我在臺南。

四 Luyện tập 練習

（一）**Chọn từ thích hợp và điền vào chỗ trống.**
　　請選擇適當的詞語填入空格。

1.　Cái bút ở _____ bàn.

2.　Con mèo ở _____ ghế.

3.　Quần áo ở _____ tủ.

4.　Xe máy ở _____ sân.

5.　Mẹ ở _____ nhà.

6.　Bưu điện ở _____ trường học.

7.　Bệnh viện ở _____ bưu điện.

8.　Công viên ở _____ trường học và chợ.

（二）**Nghe và điền vào chỗ trống.** 請聽音檔並填空。 ◯ MP3 75

　　Nhà tôi có _____ người, bố tôi, mẹ tôi, và ba chị em tôi. Nhà tôi ở _____ _____ Đài Nam. Bên _____ nhà tôi là _____ viên. Bên trái công viên _____ chợ. Trong _____ có nhiều hiệu ăn. Có một hiệu ăn _____ phở Việt Nam rất ngon. Trong đó có _____ người ngồi xung quanh _____ ăn phở. Có một _____ chó nằm _____ gầm bàn. Tôi thường đến đây ăn _____ và trứng _____ lộn.

第
11
課

（三）**Nghe và chọn đáp án đúng.** 請聽錄音，並選正確的答案。

1. Tôi đang đứng _____ bưu điện.

   A. giữa   B. trước   C. trưa   D. trên

2. Ngân hàng ở _____ siêu thị.

   A. bên trái   B. bên phải   C. trước   D. trên

3. _____ trường học có một công viên.

   A. giữa   B. phía trước   C. phía sau   D. phía trên

4. _____ tầng một có một cửa hàng tiện lợi.

   A. giữa   B. trước   C. trong   D. dưới

5. Tôi ngồi _____ rất nhiều người.

   A. giữa   B. trước   C. trong   D. trên

（四）**Sắp xếp từ thành câu đúng.** 請將下列詞語排列成正確的句子。

1. trên / bàn / sách / quyển / ở

   → _____

2. nhà / có / tôi/ ba / anh / em / chị

   → _____

3. bưu điện / công viên / ở / đối diện

   → _____

4. bệnh viện / ở / bên cạnh / trường học

   → _____

5. con/ chó / dưới / nằm / ghế

   → _____

（五）**Chọn từ thích hợp trong kho từ được cung cấp để điền vào chỗ trống.** 請在所提供的辭庫選擇適當的詞語填入下列空格。

Nhà tôi có 6 người: ___(1)___, bố, mẹ và ba anh em tôi. Ông nội tôi đã nghỉ hưu. Bố tôi là kỹ sư làm việc ___(2)___ công ty điện tử. ___(3)___ là kế toán trong trường đại học. ___(4)___ tôi là bác sĩ tại bệnh viện, chị tôi là ___(5)___ của một trường tiểu học. Tôi là sinh viên trường Đại học Khoa học và Công nghệ Cao Hùng, năm nay là ___(6)___ năm thứ ba. Tôi ở ___(7)___ của trường. Dưới ký túc xá có nhiều cửa hàng và quán ăn. ___(8)___ ký túc xá là sân vận động, bên trái sân vận động là thư viện. ___(9)___ thư viện có một hồ sinh thái. Tôi rất yêu ___(10)___ tôi và cũng thích cuộc sống sinh viên của tôi.

A. anh trai

B. bên cạnh

C. gia đình

D. giáo viên

E. ký túc xá

F. mẹ tôi

G. ông nội

H. phía trước

I. sinh viên

J. tại

（六）**Dịch** 翻譯

1. Dịch đoạn văn trên sang tiếng Hoa. 請將上列短文翻譯成中文。

→ _____

_____

_____

2. Dịch sang tiếng Việt. 請翻譯成越南文。

我家有五個人，我爸爸、媽媽、哥哥、我和一個妹妹。我爸爸是醫生，在醫院工作。我媽媽是教師，在大學教書。我哥哥在臺北讀研究所。我和妹妹都是大學生，我們在臺南讀書。我正在一個貿易公司實習。公司前面有一個公園，後面是超市。

→ _____

_____

_____

五 Bổ sung 補充：家庭成員

 ## （一）直系關係 🎵 MP3 77

1. ông 爺爺
2. bà 奶奶
3. ông ngoại 外公
4. bà ngoại 外婆
5. bố 爸爸
6. mẹ 媽媽
7. anh trai 哥哥
8. chị gái 姐姐
9. em trai 弟弟
10. em gái 妹妹
11. anh / chị em sinh đôi 雙胞胎
12. con trai 兒子
13. con gái 女兒
14. cháu trai 孫子
15. cháu gái 孫女

 ## （二）旁系關係 🎵 MP3 78

16. chú 叔叔
17. cô 姑姑
18. bác 伯父
19. cậu 舅舅
20. dì 阿姨
21. cháu trai 姪子、外甥
22. cháu gái 姪女、外甥女
23. chị họ 堂姊、表姊
24. em họ 堂弟、堂妹、表弟、表妹
25. anh họ 堂哥、表哥

 ## （三）姻親關係 🎵 MP3 79

26. chồng 老公
27. vợ 老婆
28. bố chồng 公公
29. mẹ chồng 婆婆
30. anh chồng 大伯
31. em chồng 小叔、小姑
32. chị chồng 大姑
33. bố vợ 岳父
34. mẹ vợ 岳母
35. anh vợ 大舅子
36. em vợ 小舅子、小姨子
37. chị vợ 大姨子
38. em rể 妹夫
39. anh rể 姊夫
40. chị dâu 嫂嫂
41. em dâu 弟妹
42. mợ 舅媽
43. thím 嬸嬸
44. dượng, chú 姨丈、姑丈

 ## （四）家庭排行 🎵 MP3 80

45. anh cả 大哥
46. chị cả 大姊
47. anh thứ ＋ 數字 ～哥
48. con út / em út 老么
49. con trai cả 大兒子
50. con thứ ＋ 數字 第～個孩子
51. con một 獨子

MEMO

Bài 12

Hôm nay cậu có phải đi học không?

第 12 課：今天你要上課嗎？

一 Hội thoại 會話

 （一）Tại công ty 在公司 MP3 81

Lâm: Anh Minh ơi, ngày mai có được nghỉ không?

霖：明哥，明天可以休息嗎？

Minh: Không, em muốn xin nghỉ à?

明：不可以，你想要請假嗎？

Lâm: Vâng, ngày mai em bận nên muốn xin nghỉ một buổi.

霖：是，明天我有事，所以想要請假一天。

Minh: Để anh hỏi giám đốc xem ngày mai em có phải đi cùng anh không.

明：讓我問經理看看，明天你要不要跟我一起去。

...

Minh: Lâm ơi, giám đốc nói là ngày mai em không cần đi gặp khách hàng cùng anh, nên em không đến làm cũng được.

明：霖啊，經理說明天你不用跟我一起去見客戶，所以你不來上班也可以。

Lâm: Vậy à? Vậy em xin phép nghỉ ngày mai. Cám ơn anh.

霖：是嗎？那我明天要請假。
謝謝你。

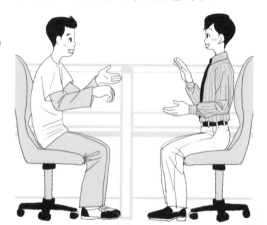

Lâm: Hải ơi, hôm nay cậu có phải đi học không?

霖：海啊，你今天要上課嗎？

 Hải: Không, hôm qua cô giáo tớ bảo là hôm nay cô có việc nên xin nghỉ, vì vậy hôm nay lớp tớ không phải đi học.

海：不用，昨天我的老師說她今天有事所以要請假，因此我們班今天不用上課。

 Lâm: Vậy à? Tớ định đi siêu thị, cậu có cần mua gì không?

霖：是喔？我想去超市，你有需要買什麼嗎？

 Hải: Không, hôm nay tớ được nghỉ, tớ muốn ngủ đến trưa.

海：不，我今天放假，我想睡到中午。

 Lâm: Vậy à? Vậy cậu ngủ tiếp đi, tớ đi siêu thị đây.

霖：是嗎？那你繼續睡吧，我去超市囉。

 Hải: A, tớ nhớ ra là tớ hết kem đánh răng và mấy thứ nữa, tớ cũng muốn đi siêu thị.

海：咦，我想到我的牙膏還有幾樣東西沒有了，我也想去超市。

 Lâm: Vậy tớ chờ cậu, chúng ta cùng đi.

霖：那我等你，我們一起去。

第 12 課

二 Từ mới 生詞 ◉ MP3 83

1. ngày mai 名 明天

2. được 動 得、行、可以

3. nghỉ 動 休息、休假

4. muốn 動 想要

5. xin nghỉ 動 請假

6. nên 連 所以

7. buổi 名 天、次

8. hỏi 動 問

9. cần 動 需要

10. khách hàng 名 客戶

11. định 動 打算、想

12. siêu thị 名 超市

13. trưa 名 中午

14. tiếp 副 繼續

15. tiếp tục 動 繼續

16. nhớ 動 想、記得

17. hết 動 沒了

18. kem đánh răng 名 牙膏

19. một chút 片語 一些、一點

20. cùng 副 一起

☰ Ngữ pháp 文法

 （一）助動詞

　　助動詞是指不能單獨存在，必須要放在另外一個動詞的前面，來補充那個動詞意思的一種動詞。助動詞包括：「cần / cần phải」（需要）、「phải」（必要）、「muốn」（想要）、「nên」（應該）、「có thể」（可以）、「bị」（被）、「được」（得）、「có」（有）……等。

1. 「**cần**」、「**cần phải**」：意思是「需要」，相近於英文的「**need**」，是主語主體本身的需要。「**cần**」後面也可以加名詞作為一般的及物動詞。

　　例 Tôi cần mua một cuốn từ điển. 我需要買一本辭典。

　　例 Tôi cần một cuốn từ điển. 我需要一本辭典。

2. 「**phải**」：意思是「必要」，相近於英文的「**must**」，用來表示主語受外來客體約束。在否定句它有「不用」、「不需要」的意思。

　　例 Hôm nay tôi phải học tiếng Việt. 今天我要學越南語。

　　例 Ngày mai em không phải đi làm. 明天我不用上班。

3. 「**muốn**」：意思是「想要」，相近於英文的「**want**」，用來表示主語主體本身的需要，帶有自己的想法。

　　例 Tôi muốn đi siêu thị mua đồ. 我想去超市買東西。

　　例 Em muốn xin nghỉ một buổi. 我想請假一天。

4. 「nên」：意思是「應該」，相近於英文的「should」，用來勸告、勸導別人應該或不應該做什麼事情。

　　例 Em nên học chăm chỉ hơn nữa. 你應該更加認真學習。

5. 「có thể」：意思是「可以」，相近於英文的「can」，用於允許別人能做什麼事情或表示自己的能力可以做什麼事情。

　　例 Các bạn có thể nghỉ một chút. 大家可以休息一下。

　　例 Tôi có thể nói tiếng Pháp. 我可以說法語。

6. 「bị」、「được」：「bị」的中文意思是「被」；「được」的中文意思是「得」，都用在被動句，表示其主語的動作、狀態由外在、客體所帶來。

（1）「bị」：意思是「被」，用於負面、主語不想要的結果。

　　例 Nó bị cảm cúm. 她感冒了。

　　例 Cô ấy bị giám đốc mắng. 她被經理責罵。

（2）「được」：意思是「得、可以」，相近於英文被動式時態的「V＋ed」，用於正面、主語想要的結果。

　　例 Hôm nay em được nghỉ.
　　　　今天我可以休息。（因為政府或所屬公司允許放假所以不用上班或上課）

　　例 Tôi được cô giáo khen. 我受到老師誇獎。

 （二）間接引述句

1. 定義及用法：

　　當我們要引用或陳述別人說過的話時，通常有兩種方式：「直接引述」或「間接引述」，因此可分為「直接引述句」及「間接引述句」。無論是直接引述句或間接引述句，其動詞都稱為「報導動詞」或「陳述動詞」，而所引述的文字稱為「報導內容」或「陳述內容」。在書寫時，一般會使用直接引述句，此時報導動詞後面會加上冒號與引號。例如：

例 Hôm qua, cô giáo nói: "Ngày mai, các bạn được nghỉ."

　　昨天老師說：「明天各位可以放假。」

　　但是口語上，則常用間接引述句，又因為越南語不需要處理動詞變化，我們只需要注意陳述內容句中的主語和賓語。此時，陳述內容句中的主語和賓語須符合陳述動詞的主語和賓語。按上面所舉的例子，我們可以說成：

例 Hôm qua, cô giáo nói với tớ là hôm nay chúng ta được nghỉ.

　　昨天老師跟我說今天我們可以放假。

→ 這一句的說話者是一位同學，該同學向班上其他同學轉述老師的話。

例 Hôm qua, cô giáo nói với em là hôm nay chúng em được nghỉ.

　　昨天老師跟我說今天我們可以放假。

→ 這句的說話者是同一位同學，該同學重新轉述老師曾經說的話。

2. 常用的陳述動詞：

在「陳述動詞」與「間接引述句」之間，通常要加上陳述連接詞「là / rằng」（道）。除了一般的陳述動詞，在陳述句當中也常使用「使令動詞」。常用的陳述動詞有：bảo（告訴）、bắt（逼迫）、chép（抄）、cho（認為）、cho biết（表示）、đề nghị（建議、要求）、ghi（記錄）、gợi ý（建議）、hỏi（問）、khuyên（勸說）、nói（說）、ngh（想）、nhắn（轉訴）、sai bảo（派遣）、tin（相信）、tưởng（以為）、thông báo（通知、通報）、trả lời（回答）、viết（寫）、xin（求）、yêu cầu（要求）。

四 Luyện tập 練習

Nghe và chọn đáp án đúng. 請聽音檔，並選正確的答案。 🎧 MP3 84

1. Ngày mai chúng ta được _____.
   A. đi làm   B. nghỉ làm   C. chỉ làm   D. nghỉ học

2. Tôi _____ đi siêu thị mua mấy thứ.
   A. muốn   B. phải   C. buồn   D. xuống

3. Tôi _____ mua một cuốn từ điển Việt Hoa.
   A. có   B. gần   C. cần   D. lần

4. Anh ấy nói với tôi là anh ấy muốn _____.
   A. đi làm   B. xin nghỉ   C. làm việc   D. xin chỉ

5. Mẹ tôi nói _____ tôi cần phải học tiếng Việt.
   A. là   B. rằng   C. hằng   D. bằng

（二）**Sắp xếp từ thành câu đúng.** 請將下列詞語排列成正確的句子。

1. anh / đi / nói / hôm qua / là / phải / anh / làm / hôm nay

   → _____

2. mẹ / bảo / em / là / ở nhà / không / xem / ti vi / được / phải / học bài

   → _____

3. giám đốc / mọi người / nhắn / là / được / nghỉ / ngày mai

   → _____

4. tôi / cần / mấy / thứ / tôi / nên / muốn / mua / siêu thị / đi

   → _____

5. cô giáo / chúng tôi/ là / không / học/ nói / ngày mai / phải / đi

   → _____

第 12 課

（三）**Chọn từ thích hợp điền vào chỗ trống** 請選擇適當的詞語填空。

1. Ngày mai tôi không _____ đi học.
   A. phải   B. được   C. bị   D. đi

2. Cô giáo _____ rằng chúng tôi cần phải học tiếng Việt.
   A. khuyên   B. làm   C. đi   D. không

3. Giám đốc yêu cầu chúng tôi ngày mai _____ đi làm thêm.
   A. muốn   B. được   C. phải   D. có thể

4. Hôm nay là ngày lễ nên chúng tôi _____ nghỉ làm.
   A. phải   B. được   C. bị   D. đi

5. Muốn học giỏi tiếng Việt thì các bạn _____ đọc sách và nói nhiều.
   A. phải cần   B. được   C. bị   D. nên

（四）**Chọn từ thích hợp trong kho từ được cung cấp để điền vào chỗ trống.** 請在所提供的辭庫選擇適當的詞語填入下列空格。

Hôm nay tôi ___(1)___ nghỉ, không ___(2)___ đi học nên tôi ___(3)___ ngủ đến trưa. Bạn cùng phòng của tôi nói ___(4)___ bạn ấy ___(5)___ đi siêu thị mua đồ. Tôi không muốn đi nhưng nhớ ra là kem đánh răng ___(6)___ giấy vệ sinh của tôi đã hết. Vì vậy, tôi cũng ___(7)___ đi mua đồ. Tôi nói với bạn tôi ___(8)___ bạn ấy chờ tôi rồi chúng tôi ___(9)___ đi siêu thị. Tôi định là tôi sẽ ngủ ___(10)___ sau khi đi siêu thị về.

A. cần   F. muốn
B. có thể   G. phải
C. cùng   H. rằng
D. được   I. tiếp
E. là   J. và

（五）Dịch 翻譯

1. Dịch đoạn văn trên sang tiếng Hoa. 請將上列短文翻譯成中文。

   → _____

   _____

   _____

2. Dịch sang tiếng Việt. 請翻譯成越南文。

   　　我想要去越南工作，所以我需要學越南語。有人說，想要學好越南語就要多看書、多跟越南人聊天。雖然我媽媽是越南人但是因為爺爺不喜歡我學越南語，所以以前我們在家裡不能講越南語。現在我長大了，可以在學校學習越南語，也可以在家跟媽媽講越南語。我想學好越南語再去越南找外婆，吃美食，看美景。

   → _____

   _____

   _____

五 Bổ sung 補充：各類假日 ◉ MP3 85

ngày nghỉ 假日

nghỉ giữa giờ 中場休息

nghỉ hằng năm 年特休

nghỉ hè 暑假

nghỉ đông 寒假

nghỉ học 停止上課

nghỉ hưu 退休

nghỉ kết hôn 婚假

nghỉ không lương 無薪假

nghỉ làm 停止上班

nghỉ lễ 國定假日

nghỉ ốm 病假

nghỉ phép 特休假

nghỉ tang 喪假

nghỉ Tết 過年假

nghỉ thai sản 分娩假

nghỉ việc công 公假

nghỉ việc riêng 私假（事假）

nghỉ việc 辭職

Bây giờ là mấy giờ?

第 13 課：現在幾點？

一 Hội thoại 會話

 （一）Tại kí túc xá 在宿舍 MP3 86

Lâm: Hải ơi, hôm nay cậu có phải đi
　　học không?
霖：海啊，你今天要不要上課？

Hải: Có, hôm nay tớ thi học kỳ.
海：有啊，我今天考期末考。

Lâm: Vậy mà vẫn chưa dậy, muộn
　　học bây giờ.
霖：那還不起床，要遲到了。

07:30

Hải: Hả? Bây giờ là mấy giờ?
海：什麼？現在是幾點？

Lâm: Bảy giờ rưỡi rồi.
霖：七點半了。

Hải: Chết tôi rồi, đêm qua thức khuya quá nên sáng nay ngủ
　　quên mất.
海：糟糕，昨天太晚睡，所以今早睡過頭了。

Lâm: Mấy giờ cậu vào học?
霖：你幾點開始上課？

Hải: Tớ học tiết một, tám giờ mười phút bắt đầu.
海：我上第一節，八點十分開始。

Minh (gọi điện thoại cho Mai): A lô, Mai à? Minh đây.

明（打電話給梅）：喂，梅嗎？我是明。

 Mai: Ừ, Minh à? Có chuyện gì vậy?

梅：嗯，明嗎？有什麼事啊？

 Minh: Tối mai cậu có bận gì không?

明：明天晚上妳有忙什麼嗎？

 Mai: Mai là thứ Sáu à?

梅：明天是星期五嗎？

 Minh: Ừ, hôm nay là thứ Năm, ngày mai là thứ Sáu.

明：嗯，今天是星期四，明天是星期五。

 Mai: Tối thứ Sáu mình phải đi dạy gia sư, có chuyện gì à?

梅：我星期五晚上有家教班，有什麼事啊？

 Minh: Tớ định mời cậu ăn cơm, tớ vừa mới lĩnh tháng lương đầu tiên ở đây.

明：我想請妳吃飯，我剛領到這邊第一個月的薪水。

 Mai: Ôi thích quá! Nhưng tớ bận mất rồi. Hay là trưa thứ Bảy được không? Ăn xong chúng ta đi siêu thị luôn.

梅：好讚喔！但是我有事。還是星期六中午可以嗎？吃完我們順便去逛大賣場。

 Minh: Vậy cũng được, mười một giờ rưỡi trưa thứ Bảy, tớ đợi cậu ở cổng ký túc xá nhé.

明：那也可以。星期六中午十一點半，我在宿舍大門口等妳。

Mai: Ừ, có gì gọi điện cho tớ nhé. Chào cậu.
梅：嗯，有事再打電話給我。再見。

 Minh: OK, bye.
明：OK，bye。

 Học ăn học nói học gói học mở
學無所遺

二 Từ mới 生詞 🎧 MP3 88

1. **bây giờ** 片語 現在

2. **giờ** 名 點、小時

3. **thi** 動 考試

4. **học kỳ** 名 學期

5. **vẫn chưa** 副 還沒

6. **dậy** 動 起來

7. **muộn** 形 遲、晚

8. **rồi** 副 ……了（加在動詞後面或句尾，表示完成式）

9. **rưỡi** 名 半

10. **chết** 動 死

11. **chết tôi rồi** 片語 完蛋了

12. **hôm qua** 名 昨天

13. **thức** 動 醒、沒有睡

14. **khuya** 形 晚

15. **nên** 連 所以

16. **sáng nay** 名 今早

17. **ngủ** 動 睡覺

18. **quên** 動 忘記

19. **vào** 動 進、入

20. **tiết** 名 節

21. **phút** 名 分

22. **bắt đầu** 動 開始

23. **a lô** 片語 喂

24. **chuyện** 名 事

25. **tối** 名 晚上

26. **mai / ngày mai** 名 明天

27. **hôm nay** 名 今天

28. **thứ** 名 星期、順序排行

29. **thứ Sáu** 名 星期五

30. **thứ Năm** 名 星期四

31. **gia sư** 動 名 家教

32. **định** 動 打算

33. **mời** 動 邀請

34. mới 副 才

35. lĩnh 動 領

36. tháng 名 月

37. lương 名 薪水

38. đầu tiên 形 首先、第一

39. trưa 名 中午

40. thứ Bảy 名 星期六

41. luôn 副 馬上、順便

42. đợi 動 等

43. cổng 名 大門

44. ký túc xá 名 宿舍

45. gọi điện 動 打電話

三 Ngữ pháp 文法

 （一）越南語的「時間」

1. 時間單位

越南語	中文	例如
giây	秒	Kỉ lục chạy 100m hiện nay là dưới 10 giây. 目前的跑步100米紀錄是10秒以下。
phút	分鐘	Thời gian của một tiết học là 50 phút. 一節課的時間是50分鐘。
giờ / tiếng	小時	Tôi học tiếng Việt 3 giờ mỗi ngày. 我每天學越南語3小時。
ngày	天	Tôi đi Việt Nam 5 ngày. 我去越南5天。
buổi	時段、工作天	Một ngày tôi học hai buổi, buổi sáng và buổi chiều. 我一天學習兩個時段，早上和下午。
tuần	星期	Một năm có 52 tuần. 一年有52週。
tháng	月	Một năm có 12 tháng. 一年有12個月。
quý	季、三個月	Chúng tôi kiểm hàng một quý một lần. 我們一季盤點一次。
mùa	季節	Miền Bắc Việt Nam một năm có 4 mùa. 越南北部一年有4季。
năm	年	Tôi đã ở Đài Loan 22 năm. 我已住在臺灣22年。
thập kỉ	一秩、十年	Hai miền Nam, Bắc Việt Nam đã thống nhất gần 5 thập kỉ. 越南南北已經統一將近50年。
thế kỉ	世紀	Trong lịch sử, Việt Nam đã từng bị các triều đại Trung Quốc đô hộ gần 13 thế kỉ. 歷史中，越南曾經受中國各個朝代統治將近13個世紀。
thiên niên kỉ	千年紀	Hiện nay chúng ta đang ở thiên niên kỉ thứ ba. 我們正在處於第三個千年紀。

2. 詢問時間點（幾點幾分）

句型1 Bây giờ là mấy giờ? 現在是幾點？

→ Bây giờ là... giờ... phút. 現在是⋯⋯點⋯⋯分。

例 Bây giờ là mấy giờ? 現在是幾點？

→ <u>Bây giờ là</u> 10 <u>giờ</u>. 現在是10點。

句型2 Mấy giờ rồi? 幾點了？

→ ... giờ... phút. ⋯⋯點⋯⋯分。

例 Mấy giờ rồi? 幾點了？

→ 10 <u>giờ</u>. 10點。

3. 越南語的「時段」

越南語的時間可以分成「12小時制」和「24小時制」。口語常用12小時制，官方正式用語則常用24小時制。如果是12小時制，可以再加上「時段」來區隔。一天中的時段：

(Buổi) sáng 早上5：00～11：00

(Buổi) trưa 中午11：00～13：00

(Buổi) chiều 下午13：00～17：00

(Buổi) tối 晚上18：00～21：00

(Buổi) đêm 深夜21：00～3：00

Rạng sáng 凌晨3：00～5：00

Ban ngày 白天

Ban đêm 夜晚

例 Bây giờ là <u>3</u> giờ <u>chiều</u>. = Bây giờ là <u>15</u> giờ.

現在是下午3點。 = 現在是15點。

在口語中，差30分鐘以內就是下一個小時的話，會用「差幾分就……點」來表示。

例 Bây giờ là <u>8</u> giờ <u>45</u> phút. = Bây giờ là <u>9</u> giờ kém <u>15</u> phút.

現在是8點45分。 = 現在差15分就9點。

4. 「ruỡi」、「nửa」（一半）的用法

「ruỡi」有「一半」的意思，但它的前面一定要帶著一個數字及單位詞。通常用於口語，以及用來表示可以分開的事物。

例 Bây giờ là 7 <u>ruỡi</u>. = Bây giờ là 7 giờ 30 phút.

現在是7點半 = 現在是7點30分。

例 Tôi làm việc ở Đài Loan hai năm <u>ruỡi</u>.

我在臺灣工作兩年半。

「nửa」也有「一半」的意思，但它就是一個數詞，後面要加一個單位詞。

例 Tôi làm việc ở Việt Nam <u>nửa</u> năm. = Tôi làm việc ở Việt Nam sáu tháng.

我在越南工作半年。 = 我在越南工作六個月。

（二）詢問事情發生的時間點

詢問事情發生的時間點，就是詢問狀語的狀態。

例 <u>Mấy giờ</u> em ngủ dậy? 你幾點起床？

例 Em ngủ dậy <u>lúc mấy giờ</u>? 你起床在幾點的時候？

當事情發生的時間點放在句子前面（狀語在句子前面）時，不需要加介詞「lúc」（時候，意思同英文的「at」），但是如果把時間點放在後面（狀語在句子後面）時，時間狀詞的前面則要加介詞「lúc」。

例 <u>6 giờ 30 phút</u>, tôi ngủ dậy. 6點30分，我起床。

例 Tôi ngủ dậy <u>lúc 6 giờ 30 phút</u>. 我在6點30分的時候起床。

 （三）狀語

「狀語」是越南語句子中的一個附屬部分，用以「補充全句的意思」。狀語通常是「時間」、「地點」、「目的」、「方式」，用來說明句中的「時間」、「地點」、「原因」、「目的」、「結果」、「方式」。此外，狀語可以是「一個詞」、一個「組合詞」、或「一個子句」。

例 <u>Hôm nay</u> tớ thi học kỳ. 今天我考期末考。

「時間」、「地點」的狀語，可以放在句子前面或後面。狀語如果放在句子前面，通常會以逗號分開句子；而如果放在後面，則會加上介詞。

例 <u>Trong lớp</u>, học sinh đang chăm chú học bài. 在教室裡，學生正在認真讀書。

例 Học sinh đang chăm chú học bài <u>ở trong lớp</u>. 學生正在教室裡認真讀書。

例 <u>6 giờ 30 phút</u>, tôi ngủ dậy. 6點30分，我起床。

例 Tôi ngủ dậy <u>lúc 6 giờ 30 phút</u>. 我在6點30分的時候起床。

四 Luyện tập 練習

（一）Nhìn hình hỏi và trả lời câu hỏi.

請看下列時鐘，用越南語詢問時間，並回答問題。

（二）Nghe và điền vào chỗ trống. 請聽音檔並填空。 MP3 89

1. Bây giờ là _____.

2. Tôi ăn sáng lúc _____.

3. Tôi đến trường lúc _____.

4. _____, tôi ăn trưa.

5. Tôi về nhà lúc _____.

（三）**Chọn từ thích hợp trong kho từ được cung cấp để điền vào chỗ trống.** 請在所提供的辭庫選擇適當的詞語填入下列空格。

Một ngày làm việc của tôi

Tôi là Hải, ___(1)___ trường đại học Thành Công. Công việc của tôi khá bận rộn và vất vả. Hằng ngày, tôi dậy lúc 6 giờ ___(2)___ . Sau khi tập thể dục, đánh răng, rửa mặt, tôi ăn sáng. Tôi ăn sáng từ 7 giờ ___(3)___ 10 đến 7 giờ 5, sau đó tôi chuẩn bị ___(4)___ . Trường học của tôi cách nhà khá xa nên tôi phải đi từ 7 giờ 20. Tôi học từ 8 giờ đến 12 giờ ___(5)___ . Tôi ___(6)___ tại trường. Thỉnh thoảng tôi cũng có giờ học ___(7)___ hoặc đến thư viện đọc sách. Tôi về đến nhà lúc 5 giờ 30 hoặc 6 giờ. Tôi ăn tối từ 7 giờ 30 ___(8)___ 8 giờ, ___(9)___ tôi chuẩn bị bài cho ngày hôm sau. Từ 9 giờ 30 đến 11 giờ, tôi xem ti vi hoặc lên mạng. 11 giờ 30, tôi ___(10)___ .

A. ăn trưa   F. kém
B. buổi chiều   G. sáng
C. đến   H. sau đó
D. đi học   I. sinh viên
E. đi ngủ   J. trưa

（四）**Trả lời câu hỏi theo đoạn văn trên.**
請依照上述短文的內容，回答下列問題。

1. Hằng ngày, Hải ngủ dậy lúc mấy giờ?

   → _____

2. Từ 8 giờ đến 12 giờ, Hải làm gì?

   → _____

3. Mấy giờ Hải về nhà?

→ _____

4. Buổi tối, Hải có lên mạng không?

→ _____

（五）**Dịch** 翻譯

1. Dịch đoạn văn trên sang tiếng Hoa. 請將上列短文翻譯成中文。

→ _____

_____

_____

2. Dịch sang tiếng Việt. 請翻譯成越南文。

　　我每個星期五早上在大學學越南語兩個小時。我已經學一個學期了，現在是第二學期。除了在學校學習，我每天也上網或到圖書館自己學習半個小時。我打算在臺灣學一到兩年後，再去越南繼續學越南語以及找臺商公司的工作。

→ _____

_____

_____

五 Bổ sung 補充：
日常生活常做的工作（動作）

1. ăn sáng　吃早餐

2. ăn tối　吃晚餐

3. ăn trưa　吃午餐

4. chơi thể thao　運動（玩一種體育活動）

5. chuẩn bị tài liệu　準備資料

6. đánh răng　刷牙

7. đi công tác　出差

8. đi chơi　去玩

9. đi học　去上學

10. đi làm　去上班

11. đi ngủ　去睡覺

12. đọc báo　看報紙

13. đón con　接小孩

14. gội đầu　洗頭

15. giặt quần áo　洗衣服

16. học thêm　補習

17. làm bài tập　做作業

18. lên mạng　上網

19. nấu cơm　煮飯

20. nghỉ trưa　午休

21. ngủ dậy　起床

22. rửa mặt　洗臉

23. tan học　下課

24. tan làm　下班

25. tắm　洗澡

26. tập thể dục　運動（做早操）

27. về nhà　回家

28. viết báo cáo　寫報告

29. xem ti vi　看電視

30. ngủ nướng　睡懶覺

Bài 14

Hôm nay là thứ mấy?

第 14 課：今天是星期幾？

Hội thoại 會話

 （一）Ở trong lớp 在教室  MP3 91

 Hải: May quá, vẫn chưa muộn
海：太好了，還沒遲到。

 Lan: Hôm nay cậu đến sớm vậy?
蘭：你今天怎麼那麼早來啊？

 Hải: Hôm nay không phải thi học
        kỳ à?
海：今天不是考期末考嗎？

 Lan: Không, thứ Sáu mới thi học kỳ mà!
蘭：不是，星期五才考啊！

 Hải: Hôm nay là thứ mấy?
海：今天星期幾？

 Lan: Hôm nay mới là thứ Năm.
蘭：今天才星期四。

 Hải: Vậy à? Tớ cứ nghĩ hôm nay là thứ Sáu!
海：是嗎？我一直以為今天是星期五呢！

 Lan: Cậu bận quá nên quên hết cả thời gian ngày tháng rồi à?
蘭：你太忙，所以都忘了時間日期，是嗎？

（二）Ở công ty 在公司

 Giám đốc Phong: Minh này, tối nay cậu đi gặp khách hàng bên công ty Đại Hùng cùng tôi nhé.

豐經理：明啊，今天晚上你跟我去找大雄公司的客戶喔。

 Minh: Hôm nay công ty Đại Hùng đâu có làm việc, thưa giám đốc.

明：經理，今天大雄公司沒有上班啊。

 Giám đốc Phong: Tại sao? Hôm nay là thứ mấy?

豐經理：為什麼？今天星期幾？

 Minh: Hôm nay là thứ Bảy. Công ty Đại Hùng chỉ làm việc năm ngày một tuần, thứ Bảy và Chủ Nhật họ không làm việc.

明：今天是星期六。大雄公司一個星期只上班五天，星期六、星期日他們不上班。

 Giám đốc Phong: Hôm nay là thứ Bảy à? Tại sao chúng ta vẫn phải đi làm?

豐經理：今天是星期六嗎？為什麼我們還要上班？

 Minh: Chắc giám đốc bận quá nên quên, hôm nay công ty ta cũng không phải làm việc. Vì tôi phải đánh nốt bản báo cáo cho cuộc họp vào đầu tuần sau nên đến làm thêm một chút. Tôi sắp làm xong rồi.

明：可能經理太忙所以忘記了，我們公司今天也不用上班。因為我要打完下週一開會的報告，所以來加班一下。我快做完了。

Giám đốc Phong: Vậy à, công việc bận quá nên chả còn nhớ thời gian gì nữa. Vậy cậu làm xong sớm rồi nghỉ sớm nhé.

豐經理：是嗎？太忙所以都忘記時間了。那你快做完快休息吧。

 Minh: Dạ vâng, cám ơn giám đốc, lát nữa tôi cũng có hẹn đi ăn trưa cùng bạn ạ.

明：是的，謝謝經理，我等一下也跟朋友約了一起吃午飯。

 Giám đốc Phong: Vậy à? Chúc cậu cuối tuần vui vẻ!

豐經理：是嗎？祝你週末愉快！

二 Từ mới 生詞 (MP3 93)

1. may quá 片語 太好了

2. sớm 形 早

3. mới 副 才

4. cứ 副 一直

5. nghĩ 動 想

6. thời gian 名 時間

7. đánh 動 打

8. nốt 副 完（加在動詞後）

9. báo cáo 動 名 報告

10. bản 名 本、篇

11. cuộc 名 場

12. họp 名 開會

13. đầu tuần 片語 週初

14. ngày 名 日

15. tháng 名 月

16. năm 名 年

17. thưa 副 回、稟（加在對方稱謂前）

18. tuần 名 星期

19. làm thêm 動 加班、打工

20. xong 動 完成

21. sớm 形 早

22. hẹn 動 名 約

23. ăn trưa 動 吃午餐

24. cuối tuần 片語 週末

25. chúc 動 祝

Ngữ pháp 文法

（一）詢問「星期幾」

1. 「星期」相關單字

thứ 星期、順序的排行

thứ Hai 星期一

thứ Ba 星期二

thứ Tư 星期三

thứ Năm 星期四

thứ Sáu 星期五

thứ Bảy 星期六

Chủ Nhật 星期日

2. 句型：**Hôm nay là thứ mấy?** 今天是星期幾？

→ **Hôm nay là thứ...** 今天是星期……。

例 Hôm nay là thứ mấy? 今天是星期幾？

→ Hôm nay là thứ Hai. 今天是星期一。

（二）放在動詞前面的時間副詞

越南文是不變形的文字。因此想要表達不同時態的動作時，只要在動詞前面加上「時間副詞」即可。「時間副詞」整理如下：

舊的過去	新的過去	現在	不確定的未來	確定的未來
đã... rồi 已經……了	vừa / mới 剛才	đang 正在	sắp... rồi 快要……了	sẽ 將要、會

- 例 Tôi đã ăn cơm rồi. 我已經吃過飯了。
- 例 Tôi vừa mua một cái áo dài. 我剛買了一件奧黛。
- 例 Tôi đang học tiếng Việt. 我正在學越南語。
- 例 Trời sắp mưa rồi. 天快下雨了。
- 例 Tuần sau cô ấy sẽ đi Việt Nam. 下星期她要去越南。

 （三）放在句首的「時間副詞」的用法

越南語是一種單獨不變形的孤立語言。當要說一個事件所發生的時間時，可以用時間副詞來表示，也可以利用時間背景、脈絡來提示。

過去	現在	未來
lúc nãy / ban nãy / vừa nãy 剛剛、剛才	bây giờ 現在	chút nữa / tý nữa / lát nữa 待會、等一下
ngày trước / trước đây / ngày xưa 之前、以前	hiện tại / hiện nay / ngày nay 現在、今日	ngày sau / sau này / mai sau 未來、以後

hôm qua 昨天 hôm kia / 2 hôm trước 前天、2天前 hôm kìa / 3 hôm trước 大前天、3天前	hôm nay 今天	ngày mai 明天 ngày kia / 2 ngày sau 後天、2天後 ngày kìa / 3 ngày sau 大後天 / 3天後
tuần trước 上星期 tuần trước nữa / 2 tuần trước 上上星期 / 2星期前	tuần này 這星期	tuần sau 下星期 tuần sau nữa / 2 tuần sau 下下星期 / 2星期後
tháng trước 上個月 tháng trước nữa / 2 tháng trước 上上個月 / 2個月前	tháng này 這個月	tháng sau 下個月 tháng sau nữa / 2 tháng sau 下下個月 / 2個月後
năm ngoái 去年 năm kia / 2 năm trước 前年 / 2年前	năm nay 今年	sang năm 明年 sang năm nữa / 2 năm sau 後年 / 2年後

 （四）結果副詞：結果副詞用來表示事情、動作的結果，通常與「rồi」（了）一起使用。

1. được（得、到）

　　能力、結果副詞，放在動詞、形容詞的後面，表示主語所做到的事情或得到好的、自己喜歡的東西。

　　例 Tôi đã làm được rồi. 我已經做到了。

2. mất（丟了、掉了）

　　方向、結果副詞，放在動詞、形容詞的後面，表示事情發展朝負面的結果。

　　例 Nó đi mất rồi. 她走掉了。

3. xong（完）

表示時間、結果的副詞，通常放在動詞的後面強調前面的動作，可以放在動詞與受詞之間或放在受詞後面。

例 Tôi ăn cơm <u>xong</u> rồi. 我吃完了。

4. hết（完了、沒了、光了）

放在動詞的後面、形容詞或時間名詞的前面，強調後面的東西、事情要結束了。

例 Tôi ăn <u>hết</u> cơm rồi. 我把飯吃完了。

5. nốt（完）

放在動詞的後面，強調事情或東西快完成，只差那麼一步而已。

例 Con ăn <u>nốt</u> cơm rồi rửa bát đi nhé. 你把飯吃完再洗碗喔。

6. phải（到）

放在動詞的後面，表示主語得到不好、負面的東西。

例 Cô ấy thật bất hạnh, lấy <u>phải</u> ông chồng suốt ngày rượu chè bê tha.
她真不幸，嫁到一個整天酗酒的老公。

四 Luyện tập 練習

（一）**Nghe và điền vào chỗ trống.** 請聽音檔並填空。 MP3 94

A: Mai ơi, hôm nay cậu có _____ đi dạy không?

B: Không, hôm nay tớ _____ phải đi dạy.

A: Hôm _____ thứ mấy?

B: Hôm nay thứ _____.

A: Cậu dạy vào thứ _____?

B: Tớ dạy vào thứ _____ và thứ _____.

（二）**Trả lời câu hỏi dựa theo đoạn hội thoại trên.**
依照上列對話內容回答問題。

1. Hôm nay Mai có phải đi làm không?

   → _____

2. Mai làm gì?

   → _____

3. Mai dạy vào thứ mấy?

   → _____

4. Thứ Năm Mai có phải đi dạy không?

   → _____

（三）**Chọn từ thích hợp trong kho từ được cung cấp để điền vào chỗ trống.** 請在所提供的辭庫選擇適當的詞語填入下列空格。

Tôi là Lâm, tôi là sinh viên ___(1)___ thứ tư nên tôi phải đi thực tập. Một ___(2)___ tôi học ở trường hai buổi, chiều ___(3)___ và sáng thứ Ba. Tôi thực tập tại một công ty thương mại ba ngày, từ thứ Tư đến hết ___(4)___. Tối thứ Ba tôi còn đi dạy tiếng Việt. Học sinh của tôi là một, ___(5)___ Đài Loan. Anh ấy ___(6)___ đi Việt Nam làm việc và tìm kiếm cơ hội đầu tư tại Việt Nam. Sau khi học ___(7)___ tôi muốn ở lại Đài Loan làm việc hoặc ___(8)___ học sau đại học. Vì vậy hiện nay tôi rất ___(9)___, không có ___(10)___ để đi chơi hoặc giải trí.

A. bận
B. muốn
C. năm
D. người
E. tiếp tục

F. tuần
G. thứ Hai
H. thứ Sáu
I. thời gian
J. xong

（四）**Dịch** 翻譯

1. Dịch đoạn văn trên sang tiếng Hoa. 請將上列短文翻譯成中文。

   → _____

   _____

   _____

2. Dịch sang tiếng Việt. 請翻譯成越南文。

我在大雄貿易公司工作。我們公司每個星期上班五天，從星期一到星期五。星期六、星期日我們沒有上班，但是有時候因為工作太多，所以星期六我要去加班。星期日不用上班，所以常睡懶覺或跟朋友去玩。因為工作需要，我每個星期二晚上都去學越南語三個小時。每天我也上網看影片自學半個小時到一個小時。

→ _____

_____

_____

五 Bổ sung 補充：越南的節日

 （一）陽曆國家紀念日（紀念，但不放假）

陽曆日期	國家紀念日	中文翻譯
1月9日	Ngày Học sinh - Sinh viên Việt Nam	越南學生日
2月3日	Thành lập Đảng Cộng sản Việt Nam	越南共產黨成立日
2月27日	Ngày Thầy thuốc Việt Nam	越南醫師日
3月8日	Quốc tế Phụ nữ	國際婦女日
3月26日	Ngày thành lập Đoàn Thanh niên Cộng sản Hồ Chí Minh	胡志明青年團成立日
5月19日	Ngày sinh của Chủ tịch Hồ Chí Minh	胡志明誕生日
6月1日	Quốc tế Thiếu nhi	國際兒少日
7月27日	Ngày thương binh liệt sĩ	傷兵烈士日
8月19日	Ngày Cách mạng tháng Tám thành công	革命成功日
10月10日	Ngày Giải phóng Thủ đô	解放河內日
10月20日	Ngày thành lập Hội Phụ nữ Việt Nam	越南婦女團成立日
11月20日	Ngày Nhà giáo Việt Nam	越南教師日
12月22日	Ngày thành lập Quân đội Nhân dân Việt Nam	越南軍隊成立日

 （二）國定假日

日期	國定假日	中文翻譯
陽曆1月1日	Tết Dương lịch	陽曆元旦節
農曆3月10日	Giỗ tổ Hùng Vương	雄王忌日
陽曆4月30日	Ngày giải phóng miền Nam, thống nhất đất nước	統一日
陽曆5月1日	Ngày Quốc tế Lao động	勞動節
陽曆9月2日	Quốc khánh Việt Nam	國慶日
農曆除夕至1月4日	Tết Nguyên Đán	元旦節（過年）

 （三）宗教、民族節日（慶祝、要拜拜，但不放假）

日期	宗教、民族節日	中文翻譯
農曆1月15日	Tết Nguyên tiêu	元宵節
農曆3月3日	Tết Hàn thực	寒食節
陽曆4月14日	Tết cổ truyền người Khmer	高棉族新年（潑水節）
農曆4月15日	Lễ Phật Đản	佛誕節
農曆5月5日	Tết Đoan ngọ	端午節
農曆7月15日	Tết Vu lan	盂蘭節
農曆8月15日	Tết Trung thu	中秋節
農曆12月23日	Tết ông Táo chầu trời	灶王節
陽曆12月25日	Lễ Giáng sinh	聖誕節

Bài 15

Bao giờ cậu đi Việt Nam?

第 15 課：你什麼時候去越南？

Hội thoại 會話

 （一）**Trong lớp** 在教室 MP3 95

 Mai: Nghe nói cậu sắp đi Việt Nam du học. Cậu đi bao lâu?

梅：聽說你要去越南留學。你去多久？

 Hải: Ừ, tớ sẽ đi trao đổi sinh viên một năm.

海：是的，我將要去交換學生一年。

 Mai: Bao giờ cậu đi?

梅：你什麼時候去？

 Hải: Thứ Bảy tuần sau.

海：下星期六。

 Mai: Thứ Bảy tuần sau là ngày bao nhiêu?

梅：下星期六是幾號？

 Hải: Thứ Bảy tuần sau là ngày 5 tháng 1.

海：下星期六是1月5日。

 Mai: Vậy cậu sẽ đón Tết dương lịch ở Đài Loan xong mới đi à?

梅：那你要在臺灣跨年後才走嗎？

 Hải: Ừ, nhưng tớ sẽ đón Tết âm lịch ở Việt Nam. Tớ đã đón Tết ở Đài Loan hơn hai mươi năm rồi nên rất háo hức muốn xem Tết Việt Nam như thế nào.

海：是，但是我會在越南過農曆春節。我已經在臺灣度過超過20個新年了，所以很興奮想看看越南的春節怎麼樣。

Mai: Chúc cậu mọi việc thuận lợi!

梅：祝你一切順利。

Hải: Cám ơn cậu.

海：謝謝妳。

 （二）**Ở công ty** 在公司 MP3 96

Giám đốc Phong: Minh này, tuần sau tôi phải đi Việt Nam công tác mấy ngày, cậu phụ trách công việc ở đây nhé.

豐經理：明啊，下星期我要去越南出差幾天，這邊的工作由你負責喔。

Minh: Dạ vâng. Anh mua vé chưa?

明：好的。你買票了嗎？

Giám đốc Phong: Trợ lý đã giúp tôi đặt qua mạng rồi.

豐經理：助理已經幫我線上訂票了。

Minh: Anh đi bao lâu ạ?

明：你去多久？

Giám đốc Phong: Chắc một tuần đến 10 ngày, xem tình hình công việc thế nào đã.

豐經理：可能一個星期到10天，先看工作狀況如何。

Minh: Khi nào anh bay ạ?

明：什麼時候飛？

Giám đốc Phong: Sáng Chủ Nhật tới.

豐經理：這星期日上午。

Minh: Chúc anh mọi việc suôn sẻ, công việc ở đây cứ để em lo.

明：祝你一切順勢，這邊的工作就由我負責吧。

第15課

225

二 Từ mới 生詞 💿 MP3 97

1. nghe 動 聽

2. nói 動 說

3. sắp 動 將要

4. du học 動 留學、遊學

5. trao đổi 動 交換

6. sẽ 動 將會

7. bao giờ 副 何時

8. tuần sau 名 下星期

9. đón 動 迎接

10. năm mới 名 新年

11. Tết 名 春節、過年

12. háo hức 形 興奮、期待

13. chúc 動 祝

14. mọi 副 所有、全部

15. việc 名 事

16. công tác 名 出差、工作

17. phụ trách 動 負責

18. tình hình 名 情形、狀況

19. suôn sẻ 形 順暢

20. lo 動 負擔、擔心

21. thuận lợi 形 順利

三 Ngữ pháp 文法

（一）越南語的「月份」

tháng Giêng / Một 一月

tháng Hai 二月

tháng Ba 三月

tháng Tư 四月

tháng Năm 五月

tháng Sáu 六月

tháng Bảy 七月

tháng Tám 八月

tháng Chín 九月

tháng Mười 十月

tháng Mười một 十一月

tháng Mười hai 十二月

（二）詢問「日期、月份、年份」

1. 詢問日期的句型

句型 某個事情發生的日期＋là ngày bao nhiêu? 某個事情發生的日期是幾號？

→某個事情發生的日期＋là ngày...（...＞10）. 某個事情發生的日期是……。（當日期大於10）

→某個事情發生的時間＋là ngày mồng ...（...≦10）. 某個事情發生的日期是「初……」。（當日期小於或等於10）

例 Hôm nay là ngày bao nhiêu? 今天是幾號？

→ Hôm nay là ngày 20. 今天是20號。

→ Hôm nay là ngày mồng 10. 今天是初10。

2. 詢問月份的句型

句型 某個事情發生的月份＋là tháng mấy? 某個事情發生的月份是幾月？

→某個事情發生的月份＋là tháng＋數字. 某個事情發生的月份是……月。

例 Quốc khánh Việt Nam là <u>tháng mấy?</u> 越南國慶是幾月？

→ Quốc khánh Việt Nam là <u>tháng 9.</u> 越南國慶是9月。

3. 詢問年份的句型

句型1 某個事情發生的年份＋là năm nào? 某個事情發生的年份是哪一年？

句型2 某個事情發生的年份＋là năm bao nhiêu? 某個事情發生的年份是哪一年？

→某個事情發生的年份＋là năm＋年份。 某個事情發生的年份是……年。

例 Quốc khánh Việt Nam <u>là năm nào / là năm bao nhiêu?</u>

越南國慶是哪一年？

→ Quốc khánh Việt Nam <u>là năm 1945.</u> 越南國慶是1945年。

4. 詢問全部的年、月、日的句型

句型 某個事情發生的時間＋là ngày tháng năm nào? 某個事情發生的時間是哪一年、月、日？

→某個事情發生的時間＋là ngày ... tháng ... năm... 某個事情發生的時間是某年某月某日。

例 Sinh nhật của bạn là <u>ngày tháng năm nào?</u> 你的生日是哪一年月日？

→ Sinh nhật của tôi là <u>ngày</u> 10 <u>tháng</u> 10 <u>năm</u> 1980.

我的生日是1980年10月10日。

☆ 越南語表達時間的說法與中文相反，要由小而大。也就是說先說日，再說月，最後是年。

（三）時間點疑問詞「bao giờ? / khi nào? / lúc nào?」（何時？什麼時候？）

用於詢問某一件事情發生的時間點的疑問詞，放在句首時通常表示要問的事情尚未發生；放在句尾時表示要問的事情已經發生過了。「bao giờ?」及「khi nào?」是一樣的意思，但「lúc nào?」用於比較狹小、短時間內發生的事情。回答時要使用時間的名詞。

例 Anh đến bao giờ? 你什麼時候到？

→ Tôi vừa mới đến. 我剛到。

例 Bao giờ cậu đi? 你什麼時候去？

→ Chiều Chủ Nhật tới. 接下來的星期日。

例 Anh đến lúc nào? 你什麼時候到的？（人已到場，時間已經超過5點）

→ Tôi đến lúc 5 giờ. 我5點到的。

例 Lúc nào anh đến? 你什麼時候會到？（人還沒到場，時間還沒5點）

→ 5 giờ tôi sẽ đến. 我5點會到。

（四）時長的疑問詞：「bao lâu?」（多久？）

用來詢問時段的長度，通常放在句尾，回答時使用時間的測量單位，但是如果要詢問已經過去的時間或仍未結束的時間時，就有不同的用詞。

例 Q: Anh học tiếng Việt <u>bao lâu</u>? 你學越南語多久？

A: Tôi học tiếng Việt <u>5 tháng</u>. 我學越南語5個月。

2023/9	2024/3	2024/8
開始	現在	結束

從開始到結束：用「bao lâu?」

從開始到現在：用「bao lâu rồi?」

從現在到結束：用「bao lâu nữa?」

1. bao lâu rồi?（已經多久了？）

用來詢問「從事情開始發生到現在」的時間，回答時要使用已完成的時間測量單位。

例 Q: Bạn đến Đài Loan <u>bao lâu rồi</u>? 你來臺灣多久了？

A: Tôi đến Đài Loan <u>5 tháng rồi</u>. 我來臺灣5個月了。

2. bao lâu nữa?（還有多久？）

用來詢問「從現在到結束還要多久時間」，回答時使用表示還有多久的時間測量單位。

例 Q: Bạn ở Việt Nam <u>bao lâu nữa</u>? 你還要在越南多久？

A: Tôi ở Việt Nam <u>7 tháng nữa</u>. 我還要在越南7個月。

（五）時間介係詞

◇「lúc」（在……的時候）：放在短時間的名詞或動詞、子句前面，表示兩件事情同時發生或前者作為後者的時間背景。

　　例 Tôi về lúc cả nhà đang ăn cơm. 在全家吃飯的時候，我回來了。

◇「vào」（在）：放在時間名詞的前面，表示事情的發生在某一個時間。

　　例 Tôi đến Đài Loan vào năm 2002. 我在2002年來臺灣。

◇「từ... đến」（從……到）：放在時間或地點名詞的前面，表示起止的範圍。

　　例 Tôi làm việc từ 8 giờ sáng đến 5 giờ chiều.
　　　我工作從早上8點到下午5點。

四 Luyện tập 練習

（一）**Nghe và chọn đáp án đúng.** 請聽音檔，並選擇正確答案。 （◎）MP3 98

1. Anh học tiếng Việt _____ rồi?

   A. bao lâu   C. lâu chưa   B. đi đâu   D. ở đâu

2. Năm nay, tôi sẽ về Việt Nam _____.

   A. ăn hết   C. đi hết   B. ăn Tết   D. bít – tết

3. Tôi đến Đài Loan từ năm _____.

   A. 2002   C. 2020   B. 2012   D. 2022

4. Sinh nhật của tôi là ngày _____.

   A. 19/5/1890   C. 25/8/1985   B. 5/9/1945   D. 8/5/1988

5. Tôi sẽ đi Việt Nam công tác _____.

   A. 1 năm   C. 5 năm   B. 15 tháng   D. 15 năm

（二）**Sắp xếp từ thành câu đúng.** 請將下列詞語排列成正確的句子。

1. hôm nay/ năm 2023/ ngày 4/ tháng 9/ là

   → _____

2. tôi/ đã/ 6 ngày/ 5 tháng/ 9 năm/ làm việc/ Đài Loan/ ở

   → _____

3. bạn/ bao lâu/ học/ tiếng Việt/ rồi

   → _____

4. đi/ chơi/ bạn/ bao giờ/ Việt Nam

   → _____

5. khi nào/ em/ Hà Nội/ đến

→ _____

（三）**Chọn từ thích hợp trong kho từ được cung cấp để điền vào chỗ trống.** 請在所提供的辭庫選擇適當的詞語填入下列空格。

Tôi là Hải. Thứ ___(1)___ tuần ___(2)___, tôi sẽ đi Việt Nam ___(3)___. Tôi sẽ ở Việt Nam một ___(4)___. Tôi sẽ đón Tết ___(5)___ ở Việt Nam. Tôi nghe nói người Việt Nam cũng ___(6)___ như ở Đài Loan. Tết ở Việt Nam mọi người thường ăn ___(7)___ hoặc bánh tét, họ cũng đi chúc Tết, mừng tuổi bằng bao lì xì. Đêm giao thừa người Việt thường cúng tổ tiên, sáng mồng 1 Tết họ thường đi ___(8)___ cầu may. Tôi đã đón Tết ở Đài Loan hơn 20 năm rồi nên rất ___(9)___ không biết Tết ở Việt Nam sẽ như ___(10)___.

A. ăn Tết

B. âm lịch

C. bánh chưng

D. Bảy

E. du học

F. háo hức

G. lễ chùa

H. năm

I. sau

J. thế nào

（四）**Dựa vào đoạn văn trên trả lời câu hỏi.** 依照上文內容回答問題。

1. Khi nào Hải đi Việt Nam?

→ _____

2. Hải sẽ ở Việt Nam bao lâu?

→ _____

3. Hải sẽ đón Tết ở đâu?

→ _____

4. Người Việt Nam ăn Tết thế nào?

→ _____

5. Đêm giao thừa người Việt thường làm gì?

→ _____

（五）**Dịch** 翻譯

1. Dịch đoạn văn trên sang tiếng Hoa. 請將上列短文翻譯成中文。

→ _____

_____

_____

2. Dịch sang tiếng Việt. 請翻譯成越南文。

上個月我們公司來了一位新的員工。他來自越南胡志明市。他來工作三年，今年是第一次他在臺灣過新年。臺灣也有用陽曆和陰曆，臺灣人在過年時都放假。過年期間，大家都在家吃團圓飯、打麻將、發紅包。他很興奮地想知道臺灣的新年怎麼過。

→ _____

_____

_____

五 Bổ sung 補充：
越南春節的活動

ăn bánh chưng 吃方粽

ăn bánh tét 吃長柱粽

ăn cơm tất niên 吃團圓飯

ăn Tết 過年

cúng tổ tiên 拜祖先

chơi bài 玩牌

chơi mạt chược 打麻將

chơi tá lả 玩撲克牌

chúc Tết 拜年

dán câu đối 貼春聯

dọn dẹp 收拾

đánh bạc 賭博

đi lễ chùa 去寺廟拜拜

đón giao thừa 守歲

đón năm mới 迎接新年

gói bánh chưng 包年粽

giao thừa 除夕夜（半夜12點）

hái lộc 採祿

lì xì 發紅包

liên hoan tất niên 尾牙

mua sắm 購買

mua xổ số 買彩券

mừng tuổi 賀歲、發紅包

nhận lì xì 收紅包

quét nhà 掃地

sắm Tết 辦年貨

tảo mộ 掃墓

tổng vệ sinh 大掃除

trang hoàng nhà cửa 裝飾家門

xông nhà 第一個來拜訪賀年

附錄

越南語音素一覽表

越南語音素一覽表

1. 韻母

方式＼位置		嘴唇	上齒齦	上齒背	舌面	舌根	喉
塞音	清音	p[p]	t[t]	tr[t]	ch[tɕ]	c；k；q[k]	
	送氣音		th[tʰ]				
	濁音	b[ɓ]	đ[d]		d[ɟ]		
擦音	清音	ph[f]	x[s]	s[ʂ]		kh[x]	h[h]
	濁音	v[v]	gi[z]	r[ʐ]		g；gh[ɣ]	
鼻音		m[m]	n[n]		nh[ɲ]	ng；ngh[ŋ]	
邊音			l[l]				

2. 聲調

越南語聲調名稱	thanh ngang 平聲(1)	thanh sắc 銳聲(2)		thanh hỏi 問聲(3)	thanh huyền 玄聲(4)	thanh nặng 重聲(5)		thanh ngã 跌聲(6)
符號	無	／	／	ʔ	＼	.	.	～
越南語範例	a	á	áp	ả	à	ạ	ạp	ã

3. 韻母

介音	核心音	無韻尾	m [m]	p [p]	n [n]	t [t]	nh [ɲ]	ch [tɕ]	ng [ŋ]	c [k]	i (y) [j]	o (u) [w]
-	e	e	em	ep	en	et	-	-	eng	ec	-	eo
-	ê	ê	êm	êp	ên	êt	ênh	êch	-	-	-	êu
-	i	i	im	ip	in	it	inh	ich	-	-	-	iu
-	a	a	am	ap	an	at	anh	ach	ang	ac	ai	ao
-	ă	-	ăm	ăp	ăn	ăt	-	-	ăng	ăc	ay	au
-	ơ	ơ	ơm	ơp	ơn	ơt	-	-	-	-	ơi	-
-	â	-	âm	âp	ân	ât	-	-	âng	âc	ây	âu
-	ư	ư	-	-	-	ưt	-	-	ưng	ưc	ưi	ưu
-	o	o	om	op	on	ot	-	-	ong	oc	oi	-
-	ô	ô	ôm	ôp	ôn	ôt	-	-	ông	ôc	ôi	-
-	u	u	um	up	un	ut	-	-	ung	uc	ui	-
-	iê	ia	iêm	iêp	iên	iêt	-	-	iêng	iêc	-	iêu
-	ươ	ưa	ươm	ươp	ươn	ươt	-	-	ương	ước	ươi	ươu
-	uô	ua	uôm	-	uôn	uôt	-	-	uông	uôc	uôi	-
o	a	oa	oam	oap	oan	oat	oanh	oach	oang	oac	oai	oao
o	ă	-	oăm	oăp	oăn	oăt	-	-	oăng	oăc	oay	-
o	e	oe	-	-	oen	oet	-	-	-	-	-	oeo
o	o	-	-	-	-	-	-	-	oong	ooc	-	-
u	ê	uê	-	-	uên	uêt	uênh	uêch	-	-	-	-
u	â	-	-	-	uân	uât	-	-	uâng	-	uây	-
u	i	uy	-	uyp	uyn	uyt	uynh	uych	-	-	-	uyu
u	iê	uya	-	-	uyên	uyêt	-	-	-	-	-	-

附
錄

239

國家圖書館出版品預行編目資料

好好學實用越語A1 / 阮氏青河著
--初版--臺北市：瑞蘭國際, 2024.03
240面；19×26公分 --（外語學習系列；127）
ISBN：978-626-7274-92-7（平裝）
1.CST：越南語 2.CST：讀本

803.798   113002501

外語學習系列 127

好好學實用越語A1

作者｜阮氏青河
責任編輯｜潘治婷、王愿琦
校對｜阮氏青河、潘治婷、王愿琦

越南語錄音｜阮氏青河、阮俊義
錄音室｜采漾錄音製作有限公司
封面設計｜劉麗雪
版型設計｜陳如琪
內文排版｜邱亭瑜
美術插畫｜吳晨華、Syuan Ho

瑞蘭國際出版
董事長｜張暖彗・社長兼總編輯｜王愿琦
編輯部
副總編輯｜葉仲芸・主編｜潘治婷
設計部主任｜陳如琪
業務部
經理｜楊米琪・主任｜林湲洵・組長｜張毓庭

出版社｜瑞蘭國際有限公司・地址｜台北市大安區安和路一段104號7樓之1
電話｜(02)2700-4625・傳真｜(02)2700-4622・訂購專線｜(02)2700-4625
劃撥帳號｜19914152 瑞蘭國際有限公司
瑞蘭國際網路書城｜www.genki-japan.com.tw

法律顧問｜海灣國際法律事務所　呂錦峯律師

總經銷｜聯合發行股份有限公司・電話｜(02)2917-8022、2917-8042
傳真｜(02)2915-6275、2915-7212・印刷｜科億印刷股份有限公司
出版日期｜2024年03月初版1刷・定價｜450元・ISBN｜978-626-7274-92-7